Đọc Kinh Thánh Một và Một

Chỉ dẫn đơn giản cho mọi Cơ Đốc nhân

David Helm

Bản dịch tiếng Việt: Huệ Anh - Hương Nam

reSource Leadership International

Bản dịch tiếng Việt: Huệ Anh - Hương Nam

Trình bày và Sửa bản in: Văn Phẩm Hạt Giống

Thiết kế bìa: Hiền Thư

Ảnh bìa: https://www.faithstocks.com/tai-ve/hinh-anh/hoc-kinh-thanh/

Mã số ISBN (Việt Nam): 9786046163961

Mã số ISBN (Canada): 9781988990125

Mục lục

Phần I: Là Gì, Tại Sao và Như Thế Nào

Tôi vô cùng biết ơn Scott Polender vì những đóng góp của anh cho phần I, và Robert Kinney vì công khó của anh trong việc biên tập sách.

1. Vài Người Bạn Quen Biết

Chắc hẳn bạn có quen ai đó là người không thích đi nhà thờ. Đó có thể là một đồng nghiệp.

Chúng ta hãy gọi cậu ấy là An nhé! Có lẽ bạn đã từng trao đổi, hoặc cũng có thể chưa bao giờ đề cập với cậu ấy về chủ đề tôn giáo. Bạn có đủ căn cứ để cho rằng cậu ấy chưa tin Chúa, thế nhưng cậu ấy có vẻ rất tò mò về niềm tin của bạn. Có vẻ cậu ấy cũng có một vài suy nghĩ không đúng về những điều Kinh Thánh dạy. Bạn chưa bao giờ có thời gian hay dịp tiện để bàn về những thắc mắc của cậu ấy.

Bạn cũng biết một thiếu nữ trong hội thánh. Chúng ta hãy gọi cô ấy là Như nhé! Cô ấy ngoài hai mươi tuổi. Gần đây, cô ấy bắt đầu tham dự nhóm học Kinh Thánh của bạn. Cô ấy là một tân tín hữu. Cô ấy biết rất ít về Kinh Thánh, nhưng luôn khao khát biết nhiều hơn.

Có lẽ bạn biết một số người khác trong hội thánh – có thể là một chàng trai trẻ dễ thương, một Cơ Đốc nhân tận hiến hoàn toàn cho Chúa chẳng hạn. Chúng ta hãy gọi anh ấy là Dũng nhé! Hai vợ chồng anh ấy tình nguyện giữ trẻ cho hội thánh vào Chúa nhật mỗi tháng một lần. Mọi người đều kính trọng anh ấy và đánh giá cao ý kiến của anh ấy, nhưng anh ấy thường không được bầu vào vị trí lãnh đạo.

Đây là ba con người bình thường rất giống với những người bạn gặp trong cuộc sống thường nhật. Mỗi người trong số họ đều có một quan điểm khác nhau về Chúa Giê-xu Christ và về đức tin Cơ Đốc.

Bây giờ, hãy thử tưởng tượng bạn được giao nhiệm vụ soạn chương trình linh vụ và môn đệ hóa cho cả ba tuýp người này hay cho những người có hoàn cảnh tương tự. Nhiệm vụ của bạn là gì và bạn phải bắt đầu từ đâu? Có lẽ bạn có thể mời cậu An đến dự một chương trình truyền giảng lớn mà hội thánh bạn tổ chức. Xong! Có chương trình môn đệ hóa nào đang diễn ra phù hợp với cô bạn Nga không nhỉ? À, có. Mừng quá, xong! Còn lại anh Dũng. Bạn sẽ làm gì với anh bạn này? Bề ngoài, đời sống tâm linh của anh này hoàn toàn xuôi chèo mát mái. Có lẽ một khóa học về một mối quan tâm đặc biệt nào đó mà hội thánh của bạn tổ chức có thể thu hút anh ấy chăng? Hoàn tất!

Nếu bất cứ kế hoạch tăng trưởng tâm linh nào trong số vừa kể hiện hữu trong suy nghĩ của bạn, tôi muốn bạn biết rằng bạn không hề đơn độc. Suốt nhiều thế hệ, chúng ta đã trở nên quen thuộc với cách nghĩ về sự tăng trưởng tâm linh chủ yếu trên góc độ một *sự kiện* có thể tham dự, một *chương trình* cần ghi danh hoặc một *lớp học* cần tham gia. Hội thánh thường đầu tư năng lượng sáng tạo của mình vào việc tổ chức sự kiện, chương trình và các lớp học đặc biệt được thiết kế để chinh phục người khác về cho Đấng Christ và giúp họ tăng trưởng trong đức tin.

Thế nhưng, dù một số chương trình như thế này trước giờ vẫn mang lại những thành công nhất định, chúng ta vẫn bỏ lỡ một điều gì đó năng động hơn – một điều gì đó trực diện và đúng đắn đối với thời đại này hơn – là điều đem sự tăng trưởng phúc âm trở về với kết cấu thường nhật của mối liên hệ cá nhân, thay vì lệ thuộc vào các chương trình do hội thánh tổ chức.

Hãy thử tưởng tượng có một cách nào đó mà cậu An, cô bạn Như và anh Dũng đều có thể hiểu biết Chúa hơn dựa trên cùng một phương cách. Họ có thể được hướng dẫn bằng một phương cách sâu sắc, ý nghĩa hơn là qua một sự kiện, một chương trình hay một khóa học. Họ có thể được hướng dẫn trên cơ sở cá nhân bởi một ai đó quan tâm đến họ.

Cách này là gì? Hoạt động này là gì mà quá giản đơn và quá phổ thông đến mức nó đáp ứng nhu cầu môn đệ hóa cho cả ba kiểu người rất khác nhau này?

Chúng tôi gọi đó là cách đọc **Kinh Thánh một với một**.

Nhưng đọc Kinh Thánh một với một chính xác là gì? Vì sao chúng ta cần đọc như thế? Cách đọc ấy dành cho ai?

2. Vì Sao Chọn *Đọc Kinh Thánh Một với Một*?

Đọc Kinh Thánh một với một là một biến thể của hoạt động trọng tâm trong đời sống Cơ Đốc – đọc Kinh Thánh – nhưng được thực hiện trong bối cảnh đọc chung với một người khác. Đó là việc mà một Cơ Đốc nhân làm với một người khác, trên cơ sở thường xuyên, dựa trên một lượng thời gian mà cả hai đã thống nhất, với ý định đọc qua và thảo luận về một sách hoặc một phần của một sách trong Kinh Thánh.[1]

Trong quyển *The Trellis and the Vine* (Tạm dịch: *Giàn mắt cáo và cây nho*), các tác giả đã mơ về ý tưởng này:

> Hãy tưởng tượng tất cả các Cơ Đốc nhân, như một phần bình thường của quá trình môn đệ hóa của mình, đều được bao phủ bởi một mạng lưới đọc Kinh Thánh thường xuyên – không chỉ đào sâu Lời Chúa cách cá nhân, nhưng cũng đọc Kinh Thánh với con cái mình trước khi đi ngủ, với người phối ngẫu trước bữa sáng, với một đồng nghiệp chưa tin Chúa tại công sở một tuần một lần vào bữa trưa, với một tân tín hữu hai tuần một lần để khích lệ lẫn nhau, và với một người bạn tín hữu trưởng thành mỗi tháng một lần để cùng khích lệ nhau.
>
> Đó sẽ là một mạng lưới chằng chịt của những mối quan hệ cá nhân, cầu nguyện và đọc Kinh Thánh. Nó giống một cuộc vận động hay một phong trào hơn là một chương trình. Tuy nhiên ở một bình diện khác nó vô cùng đơn giản và ai cũng có thể làm được.
>
> Đó là một suy nghĩ đầy phấn khích![2]

Ý tưởng đơn giản này có thể ảnh hưởng sâu sắc đến sự tăng trưởng của phúc âm – không những trong cuộc đời của riêng bạn mà còn trong cuộc đời của các thành viên trong gia đình bạn và bạn bè của bạn nữa. Cụ thể hơn, có ít nhất bốn ích lợi có thể thấy được của cách đọc Kinh Thánh một với một.

1. Sự cứu rỗi

Ở phần trước chúng ta đã tưởng tượng về một đồng nghiệp tên là An. An là người chưa tin Chúa nhưng cậu ấy tò mò về niềm tin của bạn và đôi khi còn tò mò về sứ điệp phúc âm nữa. Trong tình huống của bạn, có lẽ An là một người cùng công ty, hoặc một người bạn, hoặc một thành viên trong gia đình. Cách đọc Kinh Thánh một với một là ý tưởng hoàn hảo cho bạn và An. Sách Gia-cơ cho chúng ta biết rằng Lời Chúa "có thể cứu chuộc linh hồn anh em".[3] Thật ra, nếu không nhờ Lời Chúa cho chúng ta biết về Chúa

---

1. Ý tưởng đằng sau cách đọc Kinh Thánh một với một kiểu này không phải là điều mà chỉ chúng tôi hay hội thánh chúng tôi mới có. Lần đầu tiên chúng tôi được tiếp cận với ý tưởng này là vào giữa những năm 1990 khi nó được Carrie Sandom và các nhân sự tại Hội thánh Round ở St. Andrew the Great tại Cambridge, Anh Quốc, sử dụng. Chúng tôi cũng biết rằng phiên bản tương tự của ý tưởng này cũng được sử dụng ở một số hội thánh khác ở Anh và Úc với thành công to lớn. Cuối cùng, mặc dù ý tưởng này thường được sử dụng trong bối cảnh một với một, chẳng có lý do gì để nó không thể được sử dụng trong bối cảnh một với hai hay một với ba.

2. T Payne và C Marshall, *The Trellis and the Vine*, Matthias Media, Sydney, 2009, trang 57.

3. Gia-cơ 1:21

Giê-xu, thì một người không thể nào biết cách để được tha tội và được Đức Chúa Trời chấp nhận. Sứ đồ Phi-e-rơ cũng đưa ra cùng một ý như vậy trong những lá thư của mình: "Anh em đã được tái sinh, không phải bởi hạt giống dễ hư hoại, nhưng bởi hạt giống không hề hư hoại, đó là lời hằng sống và bền vững của Đức Chúa Trời".[4] Từ những câu Kinh Thánh này, chúng ta thấy rõ rằng đọc Kinh Thánh là việc tối quan trọng, không chỉ đối với các Cơ Đốc nhân mà cho cả những người chưa tin.

2. Sự nên thánh

Cơ Đốc nhân cũng được kêu gọi để khích lệ *nhau* và gây dựng *lẫn nhau*.[5] Họ được kêu gọi để hướng dẫn nhau, nói thật với nhau, dạy dỗ và khiển trách nhau bằng sự khôn ngoan của Lời Chúa và thúc đẩy nhau sống yêu thương cũng như làm việc lành.[6] Trong lá thư đầu tiên của mình, Phi-e-rơ nói rằng Lời cứu chuộc chúng ta cũng chính là Lời đã làm chúng ta mạnh mẽ lên trong đức tin. Ông viết: "Hãy khao khát sữa thiêng liêng thuần khiết như trẻ sơ sinh, để nhờ đó anh em được lớn lên trong sự cứu rỗi".[7] Ở chỗ khác, sứ đồ Phao-lô mô tả tính ích lợi và đa dụng của Kinh Thánh, công bố rằng Kinh Thánh "có ích cho sự dạy dỗ, khiển trách, sửa trị và huấn luyện trong sự công chính".[8] Cơ Đốc nhân được kêu gọi để sống *với nhau* trong tư cách những người Cơ Đốc, yêu thương những người xung quanh mình và loan truyền chân lý của Chúa cho họ. Hãy nghĩ đến Nga và những người như cô ấy. Điều cô ấy thật sự cần trưởng thành trong đức tin mới mẻ của mình là gì? Đó chẳng phải là được tiếp xúc với Lời Chúa sao? Chẳng phải Kinh Thánh hứa với chúng ta rằng Đức Chúa Trời sẽ dùng Lời Ngài dạy chúng ta biết phải theo Đấng Christ như thế nào sao? Đọc Kinh Thánh một với một mang đến một phương cách tuyệt vời để các Cơ Đốc nhân có thể giúp nhau trở nên mạnh mẽ thêm trên con đường hướng đến sự nên thánh.

3. Sự huấn luyện

Đọc Kinh Thánh một với một có thể được sử dụng để tìm ra và huấn luyện con người cho những trách nhiệm lớn lao hơn trong mục vụ. Nói cách khác, nó là chương trình gây dựng hoàn hảo cho những ai giống như Dũng. Hầu như hội thánh nào cũng đầy những người yêu mến Chúa và góp phần bằng

---

4. 1 Phi 1:23; cũng xem Rô 10:10–14
5. 1 Tê 5:11; Hê 3:13; Êph 4:29
6. Rô 15:14; Êph 4:15; Côl 3:16; Hê 10:24
7. 1 Phi 2:2
8. 2 Ti 3:16

mọi cách họ thấy mình có thể làm. Trên thực tế, họ đang trông đợi ai đó đầu tư vào họ để họ có thể làm công tác phúc âm. Hãy thử tưởng tượng điều mà những người như Dũng có thể làm được cho Chúa nếu ai đó chịu đầu tư trang bị họ cho mục vụ Lời Chúa. Đừng quên, trong chức vụ của mình, Chúa Giê-xu đã tập trung vào việc dạy mười hai môn đồ, và trong số mười hai người ấy, Ngài cũng tập trung vào ba người: Phi-e-rơ, Giăng và Gia-cơ. Ngày nay, sứ điệp về Chúa Giê-xu cũng được lan truyền theo cách mà nó đã được lan truyền khi xưa. Sự đầu tư vào số ít này dường như không phải là cách sử dụng thì giờ hiệu quả nhất, nhưng thông qua chính những con người ít ỏi này mà phúc âm của Đấng Christ đã lan đến đầu cùng đất, tập hợp mọi người từ mọi dân tộc để họ bước vào vương quốc Ngài – chưa nói đến việc biến đổi các nền văn hóa, sửa lại những sai sót trong các hệ thống luật pháp, thành lập các trường đại học và bệnh viện, truyền cảm hứng cho các nhạc sĩ và họa sĩ, và vươn tới những người nghèo cũng như những người bị ruồng bỏ.

4. Mối liên hệ

Tính *mật thiết* của việc đọc Kinh Thánh một với một là một lý do mà Cơ Đốc nhân nào cũng nên cân nhắc để đi theo ý tưởng này. Ngày nay, người ta đói khát các mối quan hệ chân thật. Ngôn ngữ tình bạn đã trở thành một động từ. Chúng ta "làm bạn" với những người quen biết sơ sơ chỉ bằng cú nhấp chuột. Đọc Kinh Thánh một với một cung cấp một lời mời gọi phát triển tình bạn thật, những mối quan hệ thân quen và có thực chất hơn. Và chính khía cạnh mật thiết này hấp dẫn nhiều người. Hãy xem xét bằng chứng này từ nhà nghiên cứu Ed Stetzer:

> Chúng tôi hỏi tổng cộng khoảng 1.200 người chưa tin (900 người Mỹ, 300 người Ca-na-đa), và chúng tôi so sánh họ với một mẫu của 500 người chưa tin Chúa ở lứa tuổi lớn hơn (có lẽ là 30 tuổi trở lên)...
>
> Một trong những câu hỏi chúng tôi yêu cầu họ chọn đồng ý hay không đồng ý là: "Tôi sẵn sàng học Kinh Thánh nếu một người bạn mời tôi." Trong số những người ngoài hai mươi tuổi, khoảng 61% trả lời "đồng ý". Và trong số những người 30 tuổi trở lên, khoảng 42% số người đã trả lời "đồng ý." Và đó là một sự khác biệt đáng kể về mặt thống kê, cho chúng ta thấy rằng có một điều gì đó đang diễn ra, có một sự cởi mở sẵn có. Vì thế, chúng tôi thấy nó là một cơ hội – rằng giữa những cái nhìn có lẽ khá tiêu cực về hội thánh, thì cũng có những sự cởi mở về những điều liên quan đến Đức Chúa Trời.[9]

9. Ed Stetzer, *How Unbelievers View the Church*, chương trình phát thanh, The Albert Mohler Program, 30/07/2009. Để biết thêm, xin xem sách của Stetzer (cùng cộng sự Richie Stanley và Jason Hayes): *Lost and Found: The Younger Unchurched and the Churches that Reach Them*, B&H Publishing Group Nashville, 2009.

Vậy thì, tại sao chúng ta lại đọc Kinh Thánh với một người khác? Chúng ta làm vậy bởi vì chúng ta nhận thức năng quyền của Lời Chúa. Khi người ta được tiếp cận với Kinh Thánh, họ tìm thấy sự cứu chuộc trong Đấng Christ, họ được thánh hóa bằng đức tin, họ được huấn luyện để phục vụ hiệu quả và họ tìm thấy cộng đồng trong một mạng lưới của những mối liên hệ không giống với bất cứ mối liên hệ nào mà thế giới có thể cho họ.

3. Phương Pháp *Đọc Kinh Thánh Một với Một* dành cho ai?

Trước khi chúng ta đi sâu vào ý tưởng đọc Kinh Thánh một với một và cách thực hiện phương pháp này, thì việc hiểu cách đọc này dành cho ai là điều rất quan trọng. Rất có thể người chủ động khởi xướng đọc Kinh Thánh một với một là một Cơ Đốc nhân tận hiến, còn người kia thường sẽ ở một trong ba giai đoạn của đời sống. Chúng ta đã xem xét An, Nga và Dũng. Họ đại diện cho ba giai đoạn như sau trong đời sống một Cơ Đốc nhân:

1. Trước khi tin Chúa
2. Ngay sau khi tin Chúa
3. Là một Cơ Đốc nhân sẵn sàng lãnh đạo hoặc phục vụ

Vì thế câu hỏi trở thành: Bạn có biết những người đang ở những giai đoạn này trong cuộc đời không? Nói cách khác, bạn có biết những người như An, Nga và Dũng không?

Người chưa tin

Một đối tượng có thể được ích lợi từ việc đọc Kinh Thánh một với một là người như An – một người chưa có mối liên hệ với Chúa Giê-xu Christ. Thật ra, trong ba giai đoạn của đời sống mà chúng ta đã xem xét, đây có thể được coi là giai đoạn chiến lược. Đọc Kinh Thánh một với một với một ai đó ở giai đoạn này của đời sống họ sẽ giúp họ tiến đến một sự hiểu biết đúng đắn về sứ điệp phúc âm, thậm chí họ còn có thể đưa ra cam kết cá nhân tận hiến đi theo Chúa Giê-xu.

Tân tín hữu

Đọc Kinh Thánh một với một cũng là một chương trình tốt cho người như Nga. Nếu muốn những tân tín hữu tăng trưởng trong đức tin mới mẻ của mình, họ cần phải được chăm sóc cá nhân sau khi tin Chúa. Thời gian cùng nhau đọc Kinh Thánh này có thể giúp cho một tân tín hữu phát triển một thói quen học Kinh Thánh cá nhân suốt đời, tạo cơ hội để họ tìm được người mà họ cảm thấy sẵn lòng để giải trình với, qua đó giúp họ phát triển một kỷ luật cần thiết và truyền lại cho họ những kỹ năng và sự tự tin để tự mình đọc và hiểu biết Kinh Thánh.

Những Cơ Đốc nhân vững vàng, sẵn sàng để được trang bị

Đọc Kinh Thánh một với một cũng sẽ hữu ích cho những người như Dũng – những Cơ Đốc nhân tận tụy muốn được trang bị để phục vụ thay vì chỉ đơn thuần là được mời để trám vào những chỗ trống trong chương trình của hội thánh. Nếu mục vụ nào trong hội thánh cũng là mục vụ đặt nền tảng trên Lời Chúa, thì việc huấn luyện một người để có thể đứng vào vị trí lãnh đạo mục vụ sẽ không chỉ là một sự khích lệ lớn lao đối với người ấy, mà còn là cách hiệu quả để nhân lên những người lãnh đạo có thể gánh lấy trọng trách phúc âm một cách hiệu quả.

Đối tượng	Nhu cầu	Ví dụ	Vài người mà bạn biết
Người chưa tin	Được cứu rỗi	An	
Tân tín hữu	Được nên thánh	Nga	
Tín hữu vững vàng	Được huấn luyện	Dũng	

Tôi khích lệ bạn viết tên của một vài người mà bạn quen biết và đang xem xét mời họ bắt đầu đọc Kinh Thánh một với một, và sau đó bắt đầu cầu nguyện cho cơ hội ấy.

4. Phải Bắt Đầu Như Thế Nào?

Bây giờ khi bạn đã đọc được một ít về đọc Kinh Thánh một với một là gì, tại sao nó lại hữu ích và nó dành cho ai, có lẽ bạn cũng tự hỏi phải bắt đầu như thế nào. Bước đầu tiên, cũng như bất cứ công tác nào liên hệ đến phúc âm, là cầu nguyện.

1. Cầu nguyện

Khi Đức Chúa Trời chọn để bày tỏ chính Ngài cho một người, thông thường thì sự bày tỏ ấy xảy ra không lâu sau khi bước vào thời kỳ cầu nguyện. Lu-ca đã cho thấy rất rõ điều này trong sách Phúc Âm của mình. Những đám đông hiếu kỳ nhưng-chưa-chịu-tin trước nhất được nói cho biết rằng Chúa

Giê-xu là "Con yêu dấu" của Đức Chúa Trời trong lúc Chúa Giê-xu "đang cầu nguyện."[1] Những môn đồ mới mẻ được kêu gọi đến với Ngài vào buổi sáng sau khi Ngài "đi lên núi để cầu nguyện; Ngài thức thâu đêm cầu nguyện với Đức Chúa Trời"[2]. Ngoài ra, những ai đang được Chúa Giê-xu huấn luyện để chuẩn bị cho những vai trò lớn lao hơn trong công tác phục vụ phúc âm – Phi-e-rơ, Gia-cơ và Giăng – đã được thoáng thấy vinh hiển đầy trọn của Ngài khi Chúa Giê-xu kéo họ tẻ riêng ra để "cầu nguyện."[3]

Đây là những chân lý chúng ta không nên quên lãng. Tác giả Phúc Âm Lu-ca không muốn chúng ta bỏ lỡ chân lý ấy là: cầu nguyện là công cụ Đức Chúa Trời sử dụng để giúp chúng ta sẵn sàng cho sự mạc khải của Ngài. Một cách khác để nói về tầm quan trọng của sự cầu nguyện là: nhờ kết quả của sự cầu nguyện, người ta sẽ nhận thức được Chúa Giê-xu là ai, họ sẽ biết việc làm môn đồ của Ngài nghĩa là gì và họ sẽ được trang bị để phục vụ Ngài thật tốt.

Bạn có nhớ thời khắc trong sách Lu-ca khi Phi-e-rơ bắt đầu nhận thức một cách đầy đủ rằng Chúa Giê-xu chính là Đấng Christ không? Trước đó Chúa Giê-xu đã hỏi: "Nhưng các con nói ta là ai?" và Phi-e-rơ đã trả lời rằng: "Thầy là Đấng Christ của Đức Chúa Trời". Nhưng đừng quên cuộc gặp gỡ nổi tiếng ấy bắt đầu bằng những lời hay bị chúng ta quên lãng: "Khi Đức Chúa Jêsus đang cầu nguyện riêng, các môn đồ tụ họp quanh Ngài. Ngài hỏi họ".[4] Trong khi Đức Chúa Trời cứu chuộc con người thông qua Lời Ngài, và Ngài thêm sức cho người thuộc về Ngài trong đức tin thông qua chính Lời ấy – thậm chí Ngài còn huấn luyện chúng ta để chúng ta có thể phục vụ cách hiệu quả cũng thông qua Lời ấy – Ngài lại bày tỏ chính Ngài thông qua sự cầu nguyện. Người ta có thể nói rằng trong Phúc Âm Lu-ca, bất cứ khi nào phúc âm được đâm rễ và tăng trưởng, thì điều đó đều xảy ra trong mảnh đất của sự cầu nguyện từ trước.

Nếu bạn muốn thấy những người như An tin nhận Chúa, và những người khác như Nga và Dũng được tăng trưởng và được trang bị để phục vụ Chúa, thì bạn cần bắt đầu bằng sự cầu nguyện. Hãy bắt đầu bằng cách cầu nguyện xin Chúa dẫn bạn đến với người mà Ngài đang tìm kiếm để bày tỏ chính Ngài nhiều hơn. Chắc chắn sẽ có những người như vậy, bởi vì Chúa Giê-xu

---

1. Lu-ca 3:21–22
2. Lu-ca 6:12–16
3. Lu-ca 9:28–36
4. Lu-ca 9:18–20

đã nói rằng cánh đồng "đã vàng, sẵn sàng cho mùa gặt".[5] Chắc chắn sẽ có người nào đó trong phạm vi mối liên hệ của bạn biết rằng bạn là Cơ Đốc nhân – một ai đó có thể quan tâm đến việc đọc Kinh Thánh với bạn. Hãy bắt đầu xin Chúa dẫn bạn đến với người đó.

2. Mời gọi

Bước thứ hai để đọc Kinh Thánh một với một vừa là bước đơn giản nhất nhưng có lẽ cũng khó nhất. Một khi bạn biết mình muốn mời ai, thì bạn phải mời họ. Điều đó đòi hỏi sự dạn dĩ.

Cách thức nhẹ nhàng là chỉ cần hỏi: "Bạn có hứng thú cùng tôi đọc Kinh Thánh trong vài tuần không?" Bây giờ, hãy nhớ rằng dù việc đặt câu hỏi này có thể là việc đáng sợ đối với bạn, nhưng nó có thể không phải là điều đáng sợ để người bạn của bạn hoặc thành viên trong gia đình bạn cân nhắc. Xét cho cùng thì hầu như ai cũng sẽ cảm thấy sợ hơn khi được mời tham dự một buổi lễ hay một chương trình ở nhà thờ, nơi nhiều người có mặt, và nhiều người trong số đó họ chưa bao giờ gặp mặt. Đọc Kinh Thánh một với một là cách giới thiệu một người đến với Kinh Thánh một cách cá nhân hơn. Nếu người mà bạn mời đọc cùng đã tin Chúa, thì bạn có thể thêm câu: "Tôi nghĩ nó sẽ cho chúng ta cơ hội gặp nhau và học hỏi từ Lời Chúa."

Thật ra, trở ngại lớn nhất đối với việc mời một ai đó đọc Kinh Thánh một với một chính là quan điểm không đúng với Kinh Thánh rằng là bạn chưa sẵn sàng cho điều này. Bạn sẽ nói với chính mình rằng bạn chưa được huấn luyện bài bản, hay đơn giản chỉ là bạn không biết đủ về Kinh Thánh để giúp người khác. Thậm chí bạn còn cố gắng thuyết phục chính mình rằng ai đó sẽ tiên phong đọc Kinh Thánh một với một với bạn, thay vì bạn phải chủ động làm điều đó với người khác. Đó là một suy nghĩ đầy cám dỗ.

Nhưng suy nghĩ đó không đúng chút nào!

Bất cứ Cơ Đốc nhân tận hiến nào cũng đều có đủ khả năng để khởi xướng một cuộc chuyện trò tốt về một phân đoạn Kinh Thánh. Trên thực tế, những nỗi sợ hãi của bạn trong lĩnh vực công tác cá nhân này phơi bày hai lời nói dối giống như trong quyển *Thư Quỷ*, là những điều mà mỗi Cơ Đốc nhân đều phải chống trả. Thứ nhất, sự tăng trưởng phúc âm lệ thuộc vào chúng ta và năng lực của chúng ta. Hoàn toàn không phải vậy! Sự hiểu biết Kinh Thánh của chúng ta không phải là yếu tố tối thượng của việc chứng kiến sự tăng trưởng thuộc linh. Đức Thánh Linh có thể và thật sự có sử dụng những

---

5. Giăng 4:35

con người nhút nhát như chúng ta. Lời nói dối thứ hai chúng ta phải chống trả là sự vô tín – không tin nơi sự linh nghiệm của Lời Chúa. Chúng ta cần được nhắc nhở rằng Đức Chúa Trời làm việc theo cách của Ngài, và chính Lời Ngài sẽ làm trọn những điều Ngài muốn trong thế giới này.

Hãy can đảm lên! Hãy mời một ai đó cùng đọc Kinh Thánh với bạn. Hãy nương dựa nơi năng quyền của phúc âm là điều nằm ở trong Lời Ngài. Và hãy biết rằng, bởi năng quyền của Thánh Linh và thông qua công cụ là Lời Ngài, Đức Chúa Trời sẽ tôn vinh cam kết của bạn trong việc thảo luận với ai đó về sứ điệp phúc âm.

3. Lên kế hoạch gặp gỡ

Thứ ba, sau khi người bạn hoặc thành viên trong gia đình của bạn chấp nhận lời mời đọc Kinh Thánh một với một của bạn, hãy lên kế hoạch cho một buổi gặp gỡ để bắt đầu. Đừng quên số liệu thống kê đáng khích lệ đó là ngày nay, 61% những người trẻ không đi nhà thờ sẽ vui vẻ đón nhận ý tưởng này.

5. Một Buổi Gặp Gỡ Tiêu Biểu Sẽ Diễn Ra Như Thế Nào?

Trên một phương diện, không có một buổi gặp gỡ đọc Kinh Thánh một với một tiêu biểu. Chúng ta thảy đều ở những giai đoạn khác nhau trong quá trình tăng trưởng, và sẽ tiếp cận các phân đoạn Kinh Thánh với những câu hỏi, những bối cảnh khác nhau. Tuy nhiên, đa phần những buổi gặp gỡ đọc Kinh Thánh một với một sẽ theo một khuôn mẫu bao quát như sau:

Cầu nguyện và đọc Kinh Thánh

Sau khi xin Đức Chúa Trời giúp bạn hiểu bản văn bạn sẽ đọc trong buổi gặp, hãy bắt đầu bằng cách cùng nhau đọc to phân đoạn Kinh Thánh. Điều này sẽ ảnh hưởng đến nơi chốn bạn chọn để gặp nhau – đôi lúc việc này được thực hiện cách hiệu quả ở một nhà hàng, nhưng không phải lúc nào cũng hiệu quả. Có lẽ văn phòng hoặc phòng khách là tốt nhất.

Luân phiên mỗi người đọc to vài câu trong phân đoạn Kinh Thánh đó cũng sẽ rất hữu ích. Nếu phần Kinh Thánh cho tuần đó dài quá thì bạn có thể chỉ cần đọc một phân đoạn ngắn trước khi bắt đầu.

Trò chuyện với nhau

Việc sử dụng nghệ thuật đối thoại để trao đổi về các bản văn Kinh Thánh là rất quan trọng. Không gì giết chết cách đọc Kinh Thánh một với một nhanh hơn là khi một trong hai người độc thoại suốt thời gian bằng cách "giảng" về bản văn (hoặc tệ hơn, giảng về điều gì khác chứ không phải bản văn). Dĩ nhiên, cách chữa trị là trở nên người nghe giỏi như cách bạn nói vậy. Người cùng đọc với bạn sẽ không được thách thức hoặc được giúp đỡ nếu bạn chỉ nói *cho* họ nghe thay vì nói *với* họ. Bạn không thể ép người đọc chung với mình đưa ra câu trả lời đúng, đặc biệt nếu họ đang có những nghi ngờ. Nghi ngờ là chuyện bình thường. Bạn có thể là một người hướng dẫn tốt hơn trong cuộc thảo luận nếu bạn biết lắng nghe và nhận diện những nghi ngờ thay vì dẹp chúng qua một bên hay chỉ chen ngang bằng những quan sát của riêng mình.

Như một công cụ hỗ trợ, hãy nhớ rằng câu hỏi và câu phát biểu mở thường cung cấp một phương cách tốt để duy trì sự trao đổi. Bốn từ quan trọng nhất trong thảo luận về Kinh Thánh thường là "Bạn suy nghĩ gì?" (Xem phần II để thấy một số gợi ý và phương pháp đơn giản để cùng nhau thảo luận về bản văn).

Cũng đừng sợ bạn *không* có được tất cả các đáp án. Không chỉ có thể mà rất có khả năng là trong quá trình trao đổi, một vài câu hỏi sẽ xuất hiện mà bạn không biết cách trả lời. Đừng cảm thấy ngại, và đừng cố gắng nghĩ cho bằng được một câu trả lời ngay lập tức để giải quyết căng thẳng. Nếu câu hỏi đó thật sự quan trọng cho cả hai hiểu về phân đoạn đó, thì hãy để nó qua một bên để cùng trao đổi tại một buổi gặp trong tương lai. Bạn có thể sử dụng những công cụ trợ giúp cho việc học Kinh Thánh, sách giải kinh và thậm chí hỏi mục sư của bạn giữa những lần gặp mặt để có thể giải quyết những câu hỏi khó một cách tốt hơn. Nhưng một trong những cái hay đáng quý nhất của việc đọc Kinh Thánh một với một đó là nó cho phép mọi người khám phá đức tin nơi Chúa Giê-xu Christ cho chính mình và việc đưa ra câu trả lời chính xác cho những câu hỏi khó không góp phần để mọi người có được điều này.

Có một lời khuyên nữa khi lên kế hoạch cho các buổi gặp mặt. Hãy nhớ đừng bao giờ bị áp lực quá với mục tiêu phải làm cho xong một việc hoặc phải đạt được một kết quả cụ thể nào đó đến mức bạn bỏ lỡ cơ hội được tưới mát trong niềm vui của tình bạn, sự hỗ trợ và khích lệ lẫn nhau. Hãy tin rằng Đức Chúa Trời đang hành động. (Dĩ nhiên, hiểm họa đối lập cũng cần phải được đề cập – hiểm họa của việc mất quá nhiều thời gian cho việc tán gẫu và chia sẻ về đời sống nói chung đến mức bạn còn rất ít thời gian cho việc cùng nhau đọc Kinh Thánh!)

Áp dụng phân đoạn Kinh Thánh đó vào đời sống thường nhật

Áp dụng là bước quan trọng. Hãy dành một chút thời gian cùng thảo luận làm thế nào để áp dụng những gì bạn đã đọc và thảo luận với nhau về bản văn vào đời sống. Rõ ràng, ý định của Đức Chúa Trời khi phán bảo qua Lời Ngài là để thay đổi cuộc đời con người trở nên tốt đẹp hơn. Khi chúng ta suy ngẫm Lời Chúa, Đức Thánh Linh áp dụng phân đoạn đó vào cuộc đời chúng ta – khích lệ chúng ta cũng như phơi bày những thái độ và hành động tội lỗi của chúng ta. Khi nhận biết Chúa, chúng ta cũng sẽ hiểu chính mình một cách đúng đắn hơn.

Một điều thực tiễn cần phải nhớ trong phần áp dụng đó là những áp dụng tốt lúc nào cũng cần phải xuất phát từ bản văn hoặc từ bối cảnh. Chúng ta không nên cố gắng áp dụng Kinh Thánh theo những cách không nhất quán với chính bản văn Kinh Thánh. Thật ra, hầu hết những phân đoạn Kinh Thánh đều đưa ra những áp dụng mà Đức Chúa Trời mong muốn. Chẳng hạn, hãy xem xét Hê-bơ-rơ 10:19–25. Tác giả đã dành ba câu đầu tiên để phát biểu một sự thật. Nhưng ở câu 22, mọi thứ thay đổi. Tác giả chuyển từ việc phát biểu sự thật sang đưa ra những mạng lệnh cần phải được áp dụng trong mối liên hệ với những sự thật đó (trong trường hợp này là *vì cớ* những sự thật đó). Khuôn mẫu này không chỉ được tìm thấy trong Hê-bơ-rơ. Nó xuất hiện xuyên suốt Kinh Thánh và nó cho chúng ta một chiến lược tuyệt vời cho việc áp dụng ý nghĩa của bản văn vào đời sống.

Hãy tìm những mạng lệnh kiểu này, cũng như những cách mà các nhân vật trong một phân đoạn áp dụng Lời Chúa khi Lời ấy được ban ra. Như 2 Ti-mô-thê 3:16 dạy, phần áp dụng của từng phân đoạn có thể là nhằm mục đích đào luyện hoặc trang bị một người trong sự công chính hoặc để làm lành, hoặc nó có thể là để sửa sai hoặc quở trách khi cần thiết. Đồng thời, cần cẩn thận để không áp dụng cách cứng nhắc bất cứ mạng lệnh nào trong Kinh Thánh. Hầu hết các mệnh lệnh đều đòi hỏi chúng ta phải hiểu bối cảnh của nó - những câu phát biểu một chân lý hay một dữ kiện xung quanh mạng lệnh đó.

Cầu nguyện

Hãy kết thúc bằng cách cầu nguyện lần nữa dựa trên phân đoạn Kinh Thánh bạn vừa đọc. Hãy để cho những lời tạ ơn và những lời cầu xin của bạn tuôn chảy từ điều bạn vừa đọc và cách thức mà nó áp dụng cho đời sống bạn.

Quyết định lịch gặp nhau trong lần tiếp theo

Có lẽ không cần nói thì ai cũng biết là mỗi buổi hẹn đọc Kinh Thánh một với một đều nên kết thúc bằng việc xác nhận thời gian gặp nhau lần tới.

~

Cách những yếu tố riêng biệt này vận hành ra sao lệ thuộc vào một số điểm sau:

- Lượng thời gian mà các bạn có để gặp nhau
- Việc bạn đã biết rõ người đó hay chưa (có thể bạn cần dành nhiều thời gian cho việc trò chuyện và tìm hiểu nhau)
- Người đọc cùng với bạn có phải là người chưa tin Chúa hay không (nó có thể thay đổi cách bạn cầu nguyện cả trước và sau khi đọc chẳng hạn; thật ra, có thể bạn còn quyết định không cầu nguyện nếu bạn nghĩ rằng việc cầu nguyện khiến cho người bạn của bạn cảm thấy khó chịu)
- Mức độ trưởng thành trong đời sống Cơ Đốc của người cùng đọc chung với bạn (điều này sẽ ảnh hưởng trên những phân đoạn Kinh Thánh mà bạn thảo luận, và mức độ nông-sâu của buổi thảo luận)

Buổi gặp thứ nhất

Bất kể khuôn mẫu nào sẽ xuất hiện trong sự dự phần đọc Kinh Thánh một với một của bạn, thì buổi gặp gỡ đầu tiên của bạn chắc chắn trông sẽ khác biệt chút ít.

- Nếu các bạn không biết rõ nhau, có lẽ các bạn cần dành thời gian chỉ để biết nhau rõ hơn.
- Có lẽ các bạn cần cùng nhau quyết định mình sẽ đọc sách nào trong Kinh Thánh

- Dành vài phút để lấy nhật ký hoặc sổ lịch ra và thống nhất thời gian của ba hoặc bốn buổi gặp đầu tiên. Hãy bảo đảm rằng bạn tạo ra một khuôn mẫu thường xuyên và thực tế.

- Nếu các bạn chưa làm như vậy, các bạn cần phải thiết lập khoảng thời gian cho việc Kinh Thánh một với một của các bạn. Việc đặt ra một giới hạn về thời gian từ ban đầu cho việc đọc Kinh Thánh của các bạn thường là điều hữu ích – chẳng hạn như trong vòng sáu tuần, hoặc ba tháng, hoặc sáu tháng – để không ai trong hai bạn cảm thấy bị mắc kẹt trong một cam kết mở. Sau này, bạn luôn có thể chọn để kéo dài thời gian ấy nếu hai bạn muốn.

- Điều cũng đáng làm là đảm bảo rằng người bạn cùng đọc với bạn hiểu rõ *điều* các bạn sẽ làm cùng nhau hầu cho cả hai bạn có cùng sự hiểu biết về điều cần mong đợi và cách thức chuẩn bị (nếu bạn là người chuẩn bị – hãy xem thêm ở bên dưới.) Ngay cả những người bạn chưa tin Chúa cũng sẽ được ích lợi từ việc biết *tại sao* chúng ta đọc Kinh Thánh thay vì đọc một cuốn sách khác, và thường thấy hữu ích khi biết rằng thế giới đầy những con người (giống như An) cũng đang khám phá tầm quan trọng của thân vị và công tác của Chúa Giê-xu.

Khi bạn làm tất cả những điều này vào buổi gặp mặt đầu tiên, thì có lẽ không còn thì giờ mấy cho việc đọc Kinh Thánh nữa!

6. Chuẩn Bị

Bạn với người cùng đọc Kinh Thánh một với một chỉ cần đến gặp nhau rồi đọc Kinh Thánh và thảo luận là đủ, hay mỗi người cần phải chuẩn bị gì đó trước?

Mỗi cách tiếp cận có những ưu điểm riêng.

Khi cả hai người đọc Kinh Thánh chung với nhau đều đã đọc trước phân đoạn Kinh Thánh đó, rõ ràng là nó sẽ tối đa hóa những ích lợi của thì giờ thảo luận với nhau. Bạn đã có những sự hiểu biết và câu hỏi trong trí chứ không cần phải làm quen với phân đoạn Kinh Thánh từ đầu. Điều này có thể đặc biệt giá trị khi việc đọc Kinh Thánh hoàn toàn mới mẻ với một (hoặc cả hai) người và một (hoặc cả hai) thiếu tự tin.

Một số sách chỉ dẫn đọc Kinh Thánh một (chẳng hạn như *Just for Starters* do Mattias Media phát hành) được thiết kế đặc biệt để chuẩn bị trước, và nó sẽ hiệu quả hơn khi được sử dụng theo cách đó.

Tuy nhiên, cũng có những ưu điểm của việc không chuẩn bị trước. Nó truyền tải rất rõ ràng những gì đang diễn ra trong sự cộng tác của các bạn – đó là, các bạn chỉ đơn giản đến với nhau để đọc Kinh Thánh và khích lệ nhau thông qua Kinh Thánh. Đó không phải là một bài dạy (đòi hỏi phải có sự chuẩn bị chi tiết và nghiên cứu trước), nhưng một cơ hội đơn giản là cùng nhau được nuôi dưỡng bằng Lời Chúa. Và bởi vì chúng ta tin cậy rằng Lời Chúa thì rõ ràng, dễ hiểu và gần gũi với chúng ta, nên chúng ta không cần *phải* chuẩn bị và nghiên cứu thật nhiều thì mới có thể hiểu được. Có thể chúng ta chỉ cần cùng nhau đọc và lắng nghe Đức Chúa Trời phán dạy.

Thêm vào đó, khi bạn không chuẩn bị, cả hai người đều có chung xuất phát điểm – bởi vì việc một người chuẩn bị chi tiết hơn người còn lại (hay một người không có thời gian chuẩn bị) là chuyện bình thường.

Nói cách cụ thể thì quyết định có chuẩn bị trước hay không đến bởi các yếu tố sau:

- Liệu bạn và/hoặc người cùng đọc với bạn có phải là mẫu người thích chuẩn bị và suy nghĩ về mọi việc trước hay không.
- Bạn và người cùng đọc với bạn là người có kinh nghiệm trong việc đọc Kinh Thánh ra sao.
- Liệu bạn có đang sử dụng một tài liệu đọc Kinh Thánh mà theo tài liệu đó, nó hiệu quả hơn khi bạn chuẩn bị trước hay không.

Đây là điều mà trong buổi gặp mặt đầu tiên bạn cần thảo luận và đặt ra những mong đợi cùng với nhau.

Cách chuẩn bị

Nếu bạn phải chuẩn bị, hãy thống nhất với nhau xem các bạn sẽ dành bao nhiêu thời gian cho việc chuẩn bị (thường thì 30–60 phút là đủ). Việc chuẩn bị sẽ lệ thuộc vào cách tiếp cận hay phương pháp bạn sẽ sử dụng khi đọc với nhau (ví dụ bạn có sử dụng những nguồn tài liệu in sẵn hay một số phương pháp đọc Kinh Thánh khác, chẳng hạn như phương pháp Thụy Điển hoặc phương pháp COMA – xin xem ở phần II). Nhưng nhìn chung có thể bạn sẽ theo phương pháp dưới đây khi bạn chuẩn bị trước:

1. Cầu xin Chúa ban sự hiểu biết, và sử dụng những buổi gặp của bạn để đức tin của cả hai cùng tăng trưởng trong năng quyền của phúc âm.
2. Đọc qua phần Kinh Thánh chỉ định ít nhất hai lần.

3. Viết xuống những ấn tượng của bạn sau mỗi lần đọc phân đoạn ấy – những quan sát, những ý chính, thắc mắc mà bạn có (tùy thuộc vào phương pháp bạn sử dụng).
4. Cầu nguyện dựa trên những gì bạn đã đọc và một lần nữa cầu nguyện cho buổi gặp của bạn sắp tới.

7. Một Kinh Nghiệm Cá Nhân

Khi sống ở Chicago, tôi quen biết một người đàn ông cần cù và có học thức cao, nhưng chưa bao giờ tìm hiểu về phúc âm. Qua thời gian quen biết nhau, chúng tôi bắt đầu nói về vấn đề thuộc linh. Anh bắt đầu dự nhóm vào những dịp lễ, cuối cùng anh thậm chí còn tình nguyện giúp tôi mấy việc hậu cần cho mục vụ mà hội thánh tôi định mở. Bạn tôi vẫn chăm chỉ trong công tác ấy suốt nhiều tháng. Sau một năm tôi hỏi anh có muốn đọc Kinh Thánh một với một không. Ban đầu anh có vẻ lưỡng lự, nhưng rồi anh cũng đồng ý gặp nhau để nói về đề nghị đó. Sau khi đọc qua phần bản thảo sơ khởi của cuốn sách này vào thời điểm đó, anh quyết định tham dự. Trong ba tháng tiếp theo, chúng tôi ngồi ở góc của quán cà phê Barnes & Noble gần văn phòng của anh ấy để cùng đọc Phúc Âm Mác. Anh ấy luôn bỏ Kinh Thánh vào một cái phong bì để mang theo – tôi đoán rằng anh ấy không muốn bị xấu hổ khi người khác thấy anh cầm Kinh Thánh.

Bạn tôi là một nhà khoa học được đào tạo bài bản tại một trường đại học địa phương. Ban đầu, thật khó để giữ cho những gì chúng tôi trao đổi đúng theo hướng của bản văn trước mặt chúng tôi. Anh ấy thường hay đi lan man vào vũng lầy của mối quan hệ giữa đức tin và khoa học. Theo thời gian, bản chất những câu hỏi của anh ấy bắt đầu thay đổi. Anh ấy không còn lo nghĩ về việc nếu tin Chúa, liệu anh ấy có thể là một nhà khoa học hay không. Thay vào đó, anh ấy bắt đầu tự hỏi điều gì tạo nên thẩm quyền của Chúa Giê-xu trong việc tha tội và làm cho con người có mối quan hệ đúng đắn với Đức Chúa Trời. Suốt nhiều tuần tôi nghĩ chắc anh ấy sắp tin Chúa rồi, nhưng anh ấy vẫn do dự. Và sau đó, một tuần nọ, mọi thứ diễn ra hết sức tự nhiên. Anh ấy dâng đời sống mình cho Chúa. Vài tuần sau, tôi có đặc ân được làm báp-têm cho anh ấy.

Điều gì tạo nên sự khác biệt trong đời sống anh ấy?

Đó có phải là một sự kiện nhắm tới việc "chinh phục" anh ấy cho Đấng Christ? Không, thật sự không phải như vậy. Đó cũng không phải một chương trình hay một lớp học. Đó là một điều gì đó căn bản hơn, thiên về mối liên hệ hơn. Phải mất hơn một năm, cuối cùng bạn tôi đã tin Chúa. Chính năng quyền của Thánh Linh đã hiệp nhất tấm lòng của người đàn ông này với chân lý của phúc âm được tìm thấy trong lời Chúa, thông qua bối cảnh là một mối quan hệ đơn giản mà ở đó chúng tôi cùng nhau đọc Kinh Thánh một với một.

Niềm tin chân thành của tôi đó là câu chuyện kiểu này sẽ cứ tiếp tục tái diễn cho những An, Nga và Dũng trên khắp thế giới khi các Cơ Đốc nhân tận hiến cho công tác làm chứng về phúc âm một cách cá nhân này.

Phần II: Các Phương Pháp Và Ý Tưởng

Tôi biết ơn Tony Payne vì đã giúp tôi tổng hợp phần tuyển chọn những phương pháp và ý tưởng này.

Trên một phương diện, nếu bạn biết cách đọc sách thì bạn cũng đã biết cách đọc Kinh Thánh. Kinh Thánh không phải là cuốn sách thần bí hay cuốn sách sử dụng một ngôn ngữ hoàn toàn khác với các cuốn sách khác trên thế giới. Tất cả những "phương pháp" thông thường chúng ta sử dụng cho việc đọc những sách khác trong đời sống thường nhật cũng chính là những phương pháp mà chúng ta sử dụng cho việc đọc Kinh Thánh – để ý đến bối cảnh của những gì chúng ta đang đọc, quan sát từ ngữ, câu văn và những gì phân đoạn Kinh Thánh đó muốn nói, đi đến kết luận về nghĩa bao quát, và sau đó xem xét những hàm ý mà phân đoạn Kinh Thánh đó muốn truyền tải cho đời sống chúng ta.

Chúng ta làm điều này cách tự nhiên mà không hề suy nghĩ gì về nó khi chúng ta đọc một bài báo, một bài blog, một cuốn tiểu thuyết hay một báo cáo thương mại. Tuy nhiên, đôi khi vô thức chúng ta bỏ những kỹ năng đọc sách cơ bản ấy lại phía sau khi chúng ta đến với Kinh Thánh – có lẽ vì sự tôn trọng hoặc cũng vì chúng ta nghĩ rằng Kinh Thánh thuộc thể loại văn chương khác và không đi theo những nguyên tắc đọc sách thông thường.

Dĩ nhiên, Kinh Thánh là một cuốn sách rất khác. Tác giả của Kinh Thánh là chính Đức Chúa Trời, và nội dung của Kinh Thánh thì hoàn toàn độc nhất. Dẫu vậy, Đức Chúa Trời chọn để truyền tải chân lý thiên thượng của Ngài cho chúng ta bằng ngôn ngữ của con người, và Lời Ngài được viết ra thành một quyển sách mà chúng ta có thể sử dụng chung những công cụ và quy ước về ngôn ngữ như bất cứ cuốn sách nào.

Điều này có nghĩa là rất có thể những ý tưởng được liệt kê trong những trang sách sau (và cả những nguồn tài liệu được liệt kê trong phần phụ lục) trở nên không cần thiết. Chúng tôi hy vọng và cầu nguyện để chúng trở nên hữu ích để bạn có thể dễ dàng bắt đầu việc đọc Kinh Thánh một với một. Tuy nhiên, chúng tôi không muốn mọi người coi bất cứ ý tưởng nào trong đó như một kiểu chìa khóa vạn năng để mở ra thông điệp của Kinh Thánh. Chìa khóa cần thiết duy nhất để hiểu được Kinh Thánh là tiếp cận Kinh

Thánh với tấm lòng khiêm nhường, ăn năn thống hối, tấm lòng được Đức Thánh Linh làm mềm lại, sẵn sàng để lắng nghe điều Chúa phán dạy, cũng như sẵn sàng để vâng phục Ngài.

Những ý tưởng này nằm ở bốn đề mục:

1. Hai phương pháp đơn giản cho việc đọc Kinh Thánh
2. Những sách trong Kinh Thánh cho những hoàn cảnh khác nhau
3. Sự trợ giúp khi đọc những thể loại văn chương Kinh Thánh khác nhau
4. Tám tuần đọc xuyên suốt Phúc Âm Mác

8. Hai Phương Pháp Đọc Kinh Thánh Đơn Giản

Nhiều người đã nhận thấy hai khuôn mẫu hay hai phương pháp đọc Kinh Thánh sau đây rất hữu ích, đặc biệt là cho việc khởi đầu. Khi bạn còn mới mẻ với việc đọc Kinh Thánh một với một, thì việc sử dụng một trong hai phương pháp này thường giúp bạn đi sâu vào bản văn và bắt đầu tìm thấy những kho báu chôn giấu trong đó.

1. Phương pháp Thụy Điển

Cách đọc Kinh Thánh đơn giản này được phổ biến bởi cô Ada Lum, một nhân sự của Nhóm Thông công Sinh viên Tin Lành Thế giới. Cô đặt tên cách đọc này theo tên của một nhóm sinh viên người Thụy Điển nơi cô sử dụng cách đọc này lần đầu tiên. Cách đọc như sau:

1. Đọc lớn tiếng phân đoạn Kinh Thánh
2. Sau đó mỗi người tự đọc lại phân đoạn Kinh Thánh đó, và tìm ba điều:

Bóng đèn: Bất cứ điều gì lóe lên từ phân đoạn đó và thu hút sự chú ý của bạn. Nó có thể là một điều gì đó quan trọng, hoặc một điều gì đó đánh động lòng người đọc một cách cụ thể.

Dấu chấm hỏi: Bất cứ điều gì khó hiểu, điều gì mà người đọc muốn hỏi tác giả.

Mũi tên: Bất cứ điều gì có thể áp dụng vào đời sống cá nhân của người đọc.

3. Mỗi người cần viết xuống ít nhất một điều và không quá ba điều dưới mỗi phần. Nếu bạn đang chuẩn bị trước cho buổi gặp gỡ để đọc Kinh Thánh một với một, thì những câu hỏi này nằm ở phần chuẩn bị của bạn. Mỗi người cần đến buổi gặp gỡ với ít nhất một bóng đèn, một dấu chấm hỏi và một mũi tên từ phân đoạn Kinh Thánh.

Nếu bạn không chuẩn bị trước, bạn sẽ cần một chút thời gian để mỗi người đọc lại phân đoạn Kinh Thánh và viết xuống phần bóng đèn, dấu chấm hỏi và mũi tên của mình. Bạn sẽ dành ra khoảng 5–10 phút cho phần tự viết xuống này, tùy thuộc vào độ dài của phân đoạn Kinh Thánh.

4. Mỗi người chia sẻ bóng đèn của mình và thảo luận.

5. Mỗi người chia sẻ dấu chấm câu hỏi của mình, và sau đó cố gắng hết sức để cùng nhau tìm ra câu trả lời từ phân đoạn Kinh Thánh đó (mặc dù nếu bạn không thể tìm được câu trả lời thì cũng không thành vấn đề).

6. Mỗi người chia sẻ mũi tên của mình và thảo luận.

7. Cùng nhau cầu nguyện theo những gì bạn đã học được.

Khi bạn tự tin và quen với Kinh Thánh hơn, bạn có thể mở rộng thêm những điều bạn muốn tìm kiếm hoặc suy nghĩ khi bạn đọc phân đoạn Kinh Thánh đó. Chẳng hạn, bạn có thể tìm ý trọng tâm của phân đoạn (sử dụng biểu tượng trái tim ♥); hoặc bạn có thể viết xuống tên của những người bạn nghĩ có thể sẽ được ích lợi khi bạn chia sẻ với họ những gì bạn đã học được (sử dụng biểu tượng bong bóng lời thoại), với mục tiêu là để chia sẻ với những người đó trước buổi gặp tiếp theo. Thật ra việc bạn mở rộng và đa dạng hóa nguyên tắc căn bản đến mức nào là tùy thuộc vào chính bạn.

Điểm mạnh rất lớn của phương pháp Thụy Điển là tính đơn giản của nó. Nó là một cách rất hiệu quả để bắt đầu cùng nhau đọc Kinh Thánh, đặc biệt với những người còn mới mẻ với Kinh Thánh hoặc những người thiếu tự tin về khả năng tự đọc Kinh Thánh của chính mình.

2. Phương pháp COMA

Khi bạn có kinh nghiệm nhiều hơn trong việc đọc Kinh Thánh, hoặc nếu bạn đang gặp một ai đó vốn đã là một Cơ Đốc nhân vững vàng rồi, chắc chắn bạn sẽ cảm thấy muốn đẩy việc hiểu phân đoạn Kinh Thánh xa hơn chút nữa. Phương pháp COMA là công cụ tuyệt vời cho việc đọc Kinh Thánh một với một, cả vì sự linh động của nó lẫn vì nó giúp người đọc tích hợp phần đọc Kinh Thánh cá nhân với bức tranh lớn của Kinh Thánh – câu chuyện ngày càng sáng tỏ về thẩm quyền ban sự cứu rỗi của Chúa Giê-xu

Christ. Do đó, phương pháp này giúp người đọc tránh được những cái bẫy thông thường trong việc hiểu Kinh Thánh. Và dù nó chuyên sâu hơn so với phương pháp Thụy Điển, phương pháp COMA vẫn có thể được sử dụng một cách dễ dàng bởi những người không quen đào sâu phân đoạn Kinh Thánh.

COMA là chữ viết tắt của

Context: Bối cảnh

Observation: Quan sát

Meaning: Ý nghĩa

Application: Áp dụng

Đây thật sự là phần tóm lược cách chúng ta đọc bất cứ thể loại nào. Ngay cả khi cầm một tờ báo lên, chúng ta cũng quan tâm đến việc mình đang đọc cái gì và nó hòa hợp với những thứ quanh nó (bối cảnh) ra sao; chúng ta đọc những từ ngữ, câu văn và đoạn văn, ghi chú những sự kiện, con người và nội dung chính (quan sát); chúng ta liên kết những gì chúng ta quan sát được trong đầu và hình thành một kết luận về những gì tác giả muốn nói (ý nghĩa); và chúng ta suy ngẫm liệu sứ điệp của tác giả có liên hệ với đời sống chúng ta hay không (áp dụng).

Việc đi theo tiến trình COMA một cách có ý thức khi chúng ta đọc Kinh Thánh là việc rất hữu ích bởi vì nó khích lệ chúng ta đặt ra những câu hỏi tốt cũng như hiểu bản văn một cách rõ ràng và thấu đáo. Khi chúng ta đọc Kinh Thánh một với một, phương pháp này cũng định hướng cuộc chuyện trò một cách hữu ích. Các bạn có thể cùng nhau đi qua bốn bước và đi đến một số kết luận, thay vì chỉ loanh quanh với rất nhiều những ý tưởng và những quan sát ngẫu nhiên.

Một buổi gặp đọc Kinh Thánh một với một sử dụng phương pháp COMA sẽ như sau:

1. Đọc lớn tiếng phân đoạn ấy

2. Đặt một số câu hỏi về **bối cảnh** của phân đoạn Kinh Thánh:
   - Đây là thể loại văn chương gì? (Thư tín, tường thuật hay thơ ca?)
   - Có manh mối nào cho ta biết về bối cảnh viết của phân đoạn Kinh Thánh này không?
   - Điều gì đã xảy ra tính đến thời điểm đó?

3. Đặt một số câu hỏi **quan** sát về phân đoạn Kinh Thánh:
   - Phân đoạn Kinh Thánh có chứa đựng những phân đoạn nhỏ hơn hay các phần chuyển đoạn không?

- Ý chính hay các ý chính là gì?
- Những điều đáng ngạc nhiên ở đây là gì?
- Có những từ khóa nào? Có những từ ngữ hoặc ý tưởng nào được lặp lại?

4. Đặt ra một số câu hỏi về ý **nghĩa** của phân đoạn Kinh Thánh:
- Phân đoạn này liên hệ đến những phần khác của sách như thế nào?
- Phân đoạn này liên hệ đến Chúa Giê-xu như thế nào?
- Phân đoạn này dạy chúng ta điều gì về Đức Chúa Trời?
- Chúng ta có thể tóm tắt ý nghĩa của phân đoạn này bằng ngôn ngữ của mình như thế nào?

5. Đặt ra một số câu hỏi áp **dụng** cho phân đoạn:
- Phân đoạn này thách thức (hay xác nhận) sự hiểu biết của tôi như thế nào?
- Thái độ nào tôi cần phải thay đổi?
- Phân đoạn này kêu gọi tôi thay đổi cách tôi sống như thế nào?

6. Cùng cầu nguyện theo những gì các bạn đã học.

Nếu bạn đang chuẩn bị cho buổi học Kinh Thánh một với một, thì bốn loạt câu hỏi sau thiết lập khuôn mẫu cho sự chuẩn bị của bạn. Mỗi người đặt mục tiêu đến với buổi nhóm với một điều ghi dưới mỗi phần: bối cảnh, quan sát, ý nghĩa và áp dụng.

Một trong những điểm mạnh thật sự của phương pháp COMA trong việc đọc Kinh Thánh là nó cũng rất dễ dàng áp dụng cho nhiều thể loại văn chương khác nhau mà chúng ta thấy trong Kinh Thánh – phúc âm, thư tín, tường thuật, thơ ca, tiên tri, châm ngôn... Để có được sự trợ giúp làm quen với những câu hỏi COMA cho mỗi thể loại văn chương chính chúng ta tìm được trong Kinh Thánh, xin xem chương 10: "Sự trợ giúp khi đọc những thể loại văn chương Thánh Kinh khác nhau".

9. Các Sách Trong Kinh Thánh cho Những Hoàn Cảnh Khác Nhau

Cả Kinh Thánh là Lời Chúa, và cả Kinh Thánh được sử dụng cho việc "dạy dỗ, khiển trách, sửa trị và huấn luyện trong sự công chính".[1] Vì thế, theo

---

1. 2 Ti-mô-thê 3:16

một nghĩa nào đó, bạn có thể đọc bất cứ phần Kinh Thánh nào với bất cứ người nào, và nhận được ích lợi rất lớn từ việc đọc ấy.

Tuy nhiên, một số phần của Kinh Thánh đặc biệt phù hợp cho việc đọc Kinh Thánh một với một với những kiểu người khác nhau.

1. *Những đề nghị cho việc đọc Kinh Thánh với người chưa tin*

a. Bất cứ sách Phúc Âm nào

Phúc Âm Mác là sách ngắn nhất và có sức thuyết phục nhất trong bốn sách Phúc Âm, và là sách yêu thích của nhiều người khi đọc cùng với những người hoàn toàn mới mẻ với Cơ Đốc giáo và Kinh Thánh. Bạn có thể đọc xuyên suốt Phúc Âm Mác theo phương pháp Thụy Điển hoặc COMA trong khoảng 20 buổi gặp mặt, sử dụng cách chia đoạn được liệt kê bên dưới. (Để xem loạt câu hỏi của phương pháp COMA đã được hiệu đính đặc biệt cho các sách phúc âm, xin mở ra điểm 1 trong chương 10: 'Trợ giúp khi đọc các thể loại văn chương Kinh Thánh khác nhau'.)

1. Mác 1:1–15	2. Mác 1:16–2:12	3. Mác 2:13–3:6	4. Mác 3:7–35
5. Mác 4:1–34	6. Mác 4:35–5:43	7. Mác 6	8. Mác 7
9. Mác 8:1–21	10. Mác 8:22–9:1	11. Mác 9:2–50	12. Mác 10:1–31
13. Mác 10:32–52	14. Mác 11:1–25	15. Mác 11:277–12:44	16. Mác 13
17. Mác 14:1–52	18. Mác 14:53–72	19. Mác 15:1–41	20. Mác 15:42–16:8

Để xem kế hoạch đọc Kinh Thánh xuyên suốt sách Phúc Âm Mác ngắn hơn, xin mở ra chương 11: "Tám tuần xuyên qua Phúc Âm Mác." Những phần Kinh Thánh được đọc trong đó sẽ xem xét những phân đoạn chính yếu trong sách Mác, và cung cấp một số câu hỏi đơn giản để hướng dẫn thảo luận.

Để có một số chỉ dẫn đọc Kinh Thánh khác xuyên suốt các sách phúc âm, xin xem phần phụ lục: 'Những nguồn tài liệu đã xuất bản cho việc đọc Kinh Thánh một với một'.

b. Sáng Thế Ký 1–12

Những chương mở đầu của Kinh Thánh là nền tảng cho tất cả mọi điều theo sau. Đây này là phần tuyệt vời để giới thiệu với mọi người những chủ đề lớn của Kinh Thánh.

Trong Sáng Thế Ký, chúng ta thấy Chúa *phán* thì mọi vật hiện hữu. Mọi điều chúng ta thấy tồn tại ngày nay đều bởi lời phán của Ngài, vì mục đích của Ngài và ở dưới sự tể trị của Ngài. Đỉnh điểm – cao trào – của công cuộc sáng tạo của Ngài là tạo nên loài người. Nhưng Sáng Thế Ký cũng cho chúng ta biết những vật thọ tạo này, từ thuở ban sơ của cha ông họ, đã chối bỏ chính Đức Chúa Trời, Đấng tạo dựng nên họ, ra sao. Dù sự chối bỏ này đưa đến sự đoán phạt từ một Đức Chúa Trời thánh khiết – bị đuổi khỏi vườn địa đàng, cơn nước lụt trên đất và sự tản lạc tại Ba-bên – Sáng Thế Ký vẫn là câu chuyện về ân điển, về lời hứa kiên định và bền bỉ đối với con người, đỉnh điểm là lời hứa vô điều kiện của Đức Chúa Trời rằng Ngài sẽ chúc phước cho ông Áp-ra-ham và hậu tự của ông. Đức Chúa Trời không bao giờ phá bỏ lời hứa này, là lời hứa cuối cùng được Ngài làm trọn và hiện nay sẵn dành cho tất cả mọi người trong thân vị của Chúa Giê-xu Christ.

Đây là cách đọc Sáng Thế Ký 1–12 trong tám tuần.

1. Sáng Thế Ký 1:1–2:3: Đức Chúa Trời tạo dựng muôn vật bằng lời phán

2. Sáng Thế Ký 2:4–25: Những con người đầu tiên: kiệt tác của Đấng Tạo Hóa

3. Sáng Thế Ký 3: Những con người đầu tiên chống lại sự cai trị của Đấng Tạo Hóa

4. Sáng Thế Ký 4–5: Sự phản loạn lan rộng

5. Sáng Thế Ký 6–7: Đức Chúa Trời đoán xét tội lỗi và giữ gìn một người công chính

6. Sáng Thế Ký 8–9: Đức Chúa Trời cứu chuộc và ban lời hứa

7. Sáng Thế Ký 11: Sự chối bỏ và tản lạc

8. Sáng Thế Ký 12: Lời hứa chúc phước vô điều kiện

(Để xem phần những câu hỏi theo phương pháp COMA được hiệu chỉnh đặc biệt cho những phân đoạn tường thuật của Cựu Ước như Sáng Thế Ký, xin mở ra điểm số 2 trong chương 10: 'Trợ giúp khi đọc những thể loại văn chương Kinh Thánh khác nhau'.)

2. Những gợi ý cho việc đọc chung với tân tín hữu

Nếu bạn gặp một ai đó mới tin Chúa hoặc là một tín hữu khá mới mẻ, thì những lá thư của Tân Ước là chỗ tuyệt vời để bắt đầu đọc Kinh Thánh một với một cùng nhau – đặc biệt là vì nhiều lá thư trong đó được viết cho những người tin Chúa chưa được bao lâu.

Chẳng hạn, Cô-lô-se là sách nhỏ tuyệt vời để biết việc tin Chúa, tiếp tục sống và tăng trưởng trong vai trò Cơ Đốc nhân nghĩa là gì. Hãy thử đọc Cô-lô-se trong vòng chín tuần, như sau:

1. Cô-lô-se 1:1–14   2. Cô-lô-se 1:15–23   3. Cô-lô-se 1:24–2:5
4. Cô-lô-se 2:6–15   5. Cô-lô-se 2:16–23   6. Cô-lô-se 3:1–4
7. Cô-lô-se 3:5–17   8. Cô-lô-se 3:18–4:1   9. Cô-lô-se 4:2–18

Những thư tín Tân Ước tuyệt vời khác để đọc chung với tân tín hữu hoặc tín hữu non trẻ bao gồm Phi-líp, Tít và 1 Giăng.

(Để tìm những câu hỏi COMA được viết đặc biệt cho các thư tín Tân Ước như Cô-lô-se, xin xem điểm 3 trong chương 10: 'Trợ giúp khi đọc với những thể loại văn chương Kinh Thánh khác nhau.')

3. Những đề nghị cho việc đọc chung với những tín hữu vững vàng

a. Rô-ma

Ở một thời điểm nào đó trong đời sống Cơ Đốc, Cơ Đốc nhân nào cũng cần phải uống từ mạch nước sâu của sách Rô-ma. Đây là một điều tuyệt vời để cùng đọc Kinh Thánh một với một với một anh chị em tín hữu.

Chẳng hạn, đây là phần chia đoạn của Rô-ma mà bạn có thể đọc trong vòng tám tuần:

1. Rô-ma 5:1–11: Phục hòa với Đức Chúa Trời

2. Rô-ma 5:12–21: Từ sự cai trị của tội lỗi đến sự sống trong Đấng Christ

3. Rô-ma 6:1–14: Được giải phóng khỏi tội lỗi

4. Rô-ma 6:15–23: Trở thành đầy tớ của Đức Chúa Trời

5. Rô-ma 7:1–6: Chết với tội lỗi

6. Rô-ma 7:7–25: Chức năng của luật pháp

7. Rô-ma 8:1–17: Sự sống trong Thánh Linh

8. Rô-ma 8:18–39: Số phận tương lai trong Đấng Christ

b. Thi Thiên

Sách mà chúng ta gọi là Thi Thiên thật ra được hợp thành từ năm tập hoặc năm sách thi thiên. Lịch đọc dưới đây đi qua từng tập sách của Thi Thiên, với ý định cho người đọc chút "hương vị" tổng thể.

Khi bạn đọc sách Thi Thiên, bạn không thể không được thúc giục để lớn tiếng ngợi khen Đức Chúa Trời vinh hiển, Đấng đã tạo nên tất cả cõi thọ tạo.

Có lúc, bạn lại được dẫn đến chỗ cùng tác giả thi thiên vật lộn với vấn đề về sự chịu khổ, cái chết và sự thịnh vượng rõ ràng của kẻ ác trong thời hiện tại. Trong tất cả những điều đó, bạn sẽ tái khám phá và ngày càng hiểu rõ hơn về một cuốn sách ký thuật những bài ca của dân sự Đức Chúa Trời, là những bài ca tuôn tràn giữa bất cứ hoàn cảnh nào.

Đây là lịch đọc đề nghị cho sách Thi Thiên:

1. Thi Thiên 1: Cây xanh và rơm rác

2. Thi Thiên 2: Sự đoán xét của Con

3. Thi Thiên 42: Linh hồn sờn ngã quay về phía Đức Chúa Trời.

4. Thi Thiên 46: Đức Chúa Trời là đồn lũy

5. Thi Thiên 73: Quan niệm về sự cuối cùng của kẻ ác

6. Thi Thiên 74: Đức Chúa Trời, Đấng bênh vực duyên cớ của bạn

7. Thi Thiên 90: Nơi cư trú cho những sinh vật hữu hạn

8. Thi Thiên 91: An ninh khi ở dưới sự che chở của Chúa

9. Thi Thiên 107: Lịch sử của tình yêu vững bền

10. Thi Thiên 110: Vị Vua đang đến

11. Thi Thiên 121: Đức Chúa Trời, Đấng gìn giữ chúng ta

12. Thi Thiên 148: Lời cầu nguyện ngợi khen

(Để xem loạt câu hỏi theo phương pháp COMA được hiệu chỉnh đặc biệt cho Thi Thiên, xin xem điểm 4 trong chương 10: 'Trợ giúp khi đọc những thể loại văn chương Kinh Thánh khác nhau'.)

c. Mi-chê

Mi-chê là một sách tiên tri – lời được nói ra bởi một người phục vụ trong vai trò phát ngôn viên cho dân tộc của Đức Chúa Trời. Ý chính của sách Mi-chê có thể được tìm thấy trong những từ sau: *sự đoán phạt ngay bây giờ, sự cứu chuộc hầu đến, ăn năn ngay.* Ba chương đầu tiên nói về chủ đề đoán phạt. Dân chúng và những người lãnh đạo của họ đã làm Đức Chúa Trời vô cùng buồn lòng vì đã thờ hình tượng, tham lam, áp bức và bạo lực. Sự đoán phạt của Đức Chúa Trời sẽ sớm đến và chắc chắn sẽ đến. Nhưng sau đó chương 4–5 lại mang đến lời hứa quen thuộc ấy: Những người còn sót lại sẽ được bảo vệ dưới sự tể trị của vị vua sắp đến của Đức Chúa Trời, Đấng sẽ chăn dắt dân chúng và khiến họ trở thành sự sáng cho các dân tộc. Và hai chương cuối lóe lên đáp ứng đúng đắn duy nhất. Vị tiên tri yêu cầu con dân của Đức Chúa Trời quay lại với Ngài – không phải bằng những tế lễ, nhưng bằng sự ăn năn thật và đau thương thống hối. Đó chính là Đức Chúa Trời, Đấng vui lòng "tha thứ sự gian ác và bỏ qua sự vi phạm của dân sót lại, là sản nghiệp Ngài", theo Mi-chê 7:18.

Đây là lịch đọc của sách Mi-chê theo gợi ý:

1. Mi-chê 1–2: Lời phán nghịch cùng Giu-đa và Sa-ma-ri

2. Mi-chê 3: Lời phán nghịch cùng người lãnh đạo Giu-đa

3. Mi-chê 4: Trong chỗ của Đức Chúa Trời

4. Mi-chê 5:1–6: Dưới sự chăn dắt của Đức Chúa Trời

5. Mi-chê 5:7–15: Với con dân của Đức Chúa Trời

6. Mi-chê 6:1–5: Lời khuyên nài dân chúng

7. Mi-chê 6:9–16: Những bức tranh đoán phạt

8. Mi-chê 6:6–8, 7:1–20: Bức tranh ăn năn

(Để đọc loạt câu hỏi theo phương pháp COMA được hiệu chỉnh đặc biệt cho văn chương tiên tri trong Cựu Ước, xin xem điểm 5 trong chương 10: 'Trợ giúp khi đọc những thể loại văn chương Kinh Thánh khác nhau'.)

10. Trợ Giúp Khi Đọc Những Thể Loại Văn Chương Kinh Thánh Khác Nhau

Kinh Thánh thật ra không phải là một cuốn sách mà là một thư viện chứa 66 sách. Và giống như hầu hết các thư viện khác, Kinh Thánh chứa đựng đa dạng những thể loại văn chương khác nhau. Nếu chúng ta cố gắng đọc các sách đó như thể chúng chỉ là một thể loại văn chương (như đọc một lá thư của Phao-lô chẳng hạn), chúng ta sẽ sớm bị chệch hướng.

Đây là phần giới thiệu những thể loại hay những thể văn chính của văn chương Kinh Thánh, và một số bí quyết để áp dụng phương pháp COMA vào mỗi thể loại văn chương.

(Để bạn có thể dễ dàng sử dụng những ý tưởng và gợi ý trong chương này, chúng tôi đã đặt sẵn những câu hỏi – và để chỗ trống cho bạn trả lời –trong file PDF, bạn có thể tải xuống và có thể sử dụng trong khi chuẩn bị trước hoặc trong những buổi gặp mặt một với một của mình: https://vanphamhatgiong.com/uploads/Helm_DocKT1v1-cau_hoi-A4.pdf)

1. Các sách Phúc Âm và Công Vụ Các Sứ Đồ

Các sách Phúc Âm là bốn ký thuật về cuộc đời, sự chết và sự sống lại của Chúa Giê-xu được tìm thấy trong phần mở đầu của Tân Ước (Ma-thi-ơ, Mác, Lu-ca và Giăng). Mỗi sách ghi lại một số phần giống nhau về cuộc đời Chúa Giê-xu, nhưng từ những góc nhìn khác nhau một chút, nhấn mạnh những chủ đề khác nhau trong câu chuyện về Chúa Giê-xu. Về mặt văn chương, các sách Phúc Âm thuộc thể loại truyện kể. Chúng kể về một câu chuyện (một câu chuyện thật), và khi chúng ta đọc các sách Phúc Âm, chúng ta cần nhớ trong đầu cách một câu chuyện được thể hiện.

Đây là một số câu hỏi theo phương pháp COMA mà những câu hỏi này đặc biệt hữu dụng cho các sách Phúc Âm và Công Vụ Các Sứ Đồ:

Những câu hỏi về **bối cảnh**:

- Trong câu chuyện, việc gì đã diễn ra cho đến thời điểm này? Có những sự kiện, nhân vật hoặc chủ đề chính nào?
- Điều gì đã xảy ra trước phần bạn đang đọc?

Những câu hỏi **quan sát**:

- Bạn học được gì về những nhân vật chính trong phần này? Tác giả mô tả như thế nào về họ? Họ tự mô tả về chính mình như thế nào?
- Thời gian và địa điểm có quan trọng đối với các sự kiện xảy ra ở phân đoạn này không?
- Có xung đột hay cao trào nào trong phân đoạn này?
- Theo bạn nghĩ, phần này của câu chuyện có ý chính hay chủ đề chính nào?
- Những điều gây kinh ngạc ở đây là gì?

Những câu hỏi **giải thích**:

- Có những nhận xét "mang tính biên tập" từ tác giả về sự kiện trong phần truyện kể này không? Những nhận xét này làm sáng tỏ những gì đang diễn ra như thế nào?
- Có ai trong phần truyện kể này học được gì hay trưởng thành theo cách nào đó không? Như thế nào? Người này học được điều gì?
- Phân đoạn này bày tỏ điều gì về Chúa Giê-xu và công tác mà Ngài đã đến thế gian để thực hiện?
- Bạn tóm tắt ý nghĩa của phân đoạn này bằng chính ngôn từ của mình như thế nào?

Những câu hỏi áp dụng

- Phân đoạn này thách thức (hay xác nhận) sự hiểu biết của bạn như thế nào?
- Có thái độ nào mà bạn cần thay đổi?
- Phân đoạn này dạy bạn điều gì về việc làm môn đồ của Chúa Giê-xu?

2. Thể văn tường thuật Cựu Ước

Văn tường thuật Cựu Ước là phần "câu chuyện" của Cựu Ước. Nếu bạn nhìn vào mục lục Kinh Thánh, thì văn tường thuật Cựu Ước trải dài từ Sáng Thế Ký đến Ê-xơ-tê. Cũng được gọi là các sách "lịch sử", các sách này ký thuật câu chuyện về dân của Đức Chúa Trời từ buổi đầu sáng tạo cho đến những thăng trầm của họ, rồi tới sự tản lạc và phu tù. Những phân đoạn của thể văn tường thuật đọc rất giống với những phần truyện kể khác, và vì thế mang rất nhiều đặc trưng về mặt văn chương của thể văn tường thuật: cốt truyện, cách xây dựng nhân vật, bối cảnh và những điều tương tự.

Nhiều phần truyện kể Cựu Ước có một chức năng đặc biệt trong mối tương quan với cả Kinh Thánh. Chúng chỉ ra lời hứa ban Chúa Giê-xu Christ, Đấng Cứu Thế sẽ đến. Thường thông qua minh họa hoặc những hình bóng về tương lai, văn tường thuật Cựu Ước vạch ra con đường cụ thể hướng đến vị vua của dân Chúa, Đấng vừa hy sinh chính mình vì họ vừa cai trị trên họ trong vinh hiển đời đời.

Dưới đây là những câu hỏi theo phương pháp COMA đặc biệt phù hợp cho thể văn tường thuật Cựu Ước

Những câu hỏi về **bối cảnh**:

- Điều gì đã diễn ra trong câu chuyện này cho đến thời điểm này? Đã có sự kiện, nhân vật và chủ đề chính nào?
- Điều gì xảy ra ngay trước phần bạn đang đọc?

Những câu hỏi **quan sát**

- Bạn học được gì về những nhân vật chính trong phân đoạn này? Tác giả mô tả như thế nào về họ? Họ tự mô tả thế nào về mình?
- Thời gian và địa điểm có quan trọng trong những sự kiện xảy ra trong phân đoạn này không?
- Có xung đột hay cao trào nào trong phân đoạn này không?
- Bạn nghĩ phần câu chuyện này có ý chính hay chủ đề chính không?

- Có điều gì gây kinh ngạc không?

Những câu hỏi **giải thích**

- Có nhận xét "mang tính biên tập" nào từ tác giả về những sự kiện trong phần truyện kể này không? Những nhận xét này làm sáng tỏ những gì đang diễn ra như thế nào?
- Có ai trong phần truyện kể học được hay trưởng thành thêm theo cách nào đó không? Bằng cách nào? Điều người này học được là gì?
- Phân đoạn này hướng về những gì Đức Chúa Trời sẽ làm trong tương lai như thế nào? Nó có tiên đoán về Chúa Giê-xu theo cách nào đó không?
- Bạn tóm tắt ý của phân đoạn này bằng ngôn từ của mình như thế nào?

Những câu hỏi **áp dụng**

- Phân đoạn này thách thức sự hiểu biết của bạn về Đức Chúa Trời như thế nào?
- Có thái độ hay hành vi nào bạn cần phải thay đổi?

3. Thư tín

Thư tín là những lá thư ở thế kỷ thứ nhất, tất cả đều được viết bằng tiếng Hy Lạp. Chúng tạo nên phần lớn Tân Ước. Có hai nhóm thư tín: Thư tín của Phao-lô (Rô-ma đến Phi-lê-môn) và các thư tín phổ quát (Hê-bơ-rơ đến Giu-đe). Các thư tín thường chứa đựng những lập luận chặt chẽ, chi tiết và đôi khi phải mất 30 phút thật tập trung đọc Kinh Thánh một với một mới đi qua được mười câu.

Các thư tín đều được viết cho những hội thánh hoặc những cá nhân cụ thể, và những chân lý vượt thời gian dạy về Đức Chúa Trời, về phúc âm và nếp sống Cơ Đốc cũng sẽ thành tựu trong những tình huống cụ thể này.

Dưới đây là một số câu hỏi theo phương pháp COMA phù hợp cho các thư tín:

Những câu hỏi về **bối cảnh**:

- Bạn học được gì về con người hay tình huống mà lá thư này được viết ra?
- Có những manh mối nào về tác giả và hoàn cảnh của tác giả?

- Ý chính của phân đoạn nằm ngay phía trước phân đoạn này là gì? Có những sự nối kết về mặt lập luận hay chủ đề nào giữa nó với phân đoạn bạn đang đọc không?

Những câu hỏi **quan sát**:

- Phân đoạn này có được chia làm những phân đoạn nhỏ hơn không? Có những liên từ chính (vì, vì thế, nhưng, bởi vì) cho thấy một mạch văn lô-gic của phân đoạn không?
- Ý chính hay các ý chính là gì? Những ý phụ trợ mà tác giả sử dụng là gì?
- Trong dòng lập luận có những điều gây kinh ngạc nào?

Những câu hỏi **giải thích**:

- Phân đoạn này liên hệ như thế nào đến những phần khác của sách?
- Phân đoạn này liên hệ như thế nào đến Chúa Giê-xu?
- Phân đoạn này dạy bạn điều gì về Đức Chúa Trời?
- Bạn tóm tắt ý nghĩa của phân đoạn này bằng ngôn ngữ của mình như thế nào?

Những câu hỏi **áp dụng**:

- Phân đoạn này thách thức (hay xác nhận) sự hiểu biết của bạn như thế nào?
- Có thái độ nào mà bạn cần phải thay đổi?
- Phân đoạn này kêu gọi bạn thay đổi cách sống của mình như thế nào?

4. Văn chương khôn ngoan và thơ ca Hê-bơ-rơ

Văn chương khôn ngoan Hê-bơ-rơ (như Châm ngôn, Gióp và Truyền Đạo) và thơ ca Hê-bơ-rơ (thường nói đến các sách Thi Thiên, Nhã Ca và những đoạn thơ được tìm thấy trong các sách khác) có gì đó riêng biệt, nhưng cũng thường được xem là một khối thống nhất - "khôn ngoan" nói đến nội dung và "thơ ca" nói đến hình thức văn chương. Thể loại văn chương Kinh Thánh này được biết đến vì phong cách ngắn gọn (thường sử dụng một vài cụm từ ngắn) và giàu hình ảnh.

Đôi khi văn chương khôn ngoan, như Châm Ngôn chẳng hạn, rất bí ẩn và khiến người đọc phải suy nghĩ một cách có chủ ý. Nó đòi hỏi người đọc phải nghiền ngẫm về ý nghĩa và suy nghĩ theo những cách mới mẻ. Những bài học của nó cho chúng ta không phải lúc nào cũng là những mệnh lệnh đơn giản ("hãy đi và làm điều này"); đôi khi chúng là những quan sát về cách thức cuộc sống vận hành trong thế giới mà Đức Chúa Trời đã tạo dựng.

Thường thì thơ ca Hê-bơ-rơ sử dụng những phép đối và những so sánh theo hình thức song đối (trong đó phần đầu của câu và phần thứ hai của câu song đối nhau).

Dưới đây là một số câu hỏi theo phương pháp COMA được sử dụng cho văn chương và thơ ca khôn ngoan Hê-bơ-rơ:

Những câu hỏi về **bối cảnh**:

- Có bất cứ manh mối nào cho ta thấy về hoàn cảnh phân đoạn này được viết ra không?
- Điều gì đã xảy ra cho đến thời điểm này?

Những câu hỏi **quan sát**:

- Có những phần điệp từ hay những ý tưởng tương tự nào được lặp lại nhiều lần không? Những phần điệp từ này nhằm đưa ra một ý cụ thể hay nhằm cho ta thấy cấu trúc của phân đoạn?
- Những hình ảnh hoặc những ẩn dụ nào được tác giả sử dụng? Chúng cho thấy điều gì về Đức Chúa Trời hay về những người được nói đến trong bản văn này? Chúng cho thấy điều gì về độc giả hiện đại?
- Tinh thần của cả đoạn là gì? Tác giả khuấy động cảm xúc nào?
- Ý chính hay các ý chính của nó là gì?
- Điều nào làm ta kinh ngạc?

Những câu hỏi **giải thích**:

- Tác giả có đưa ra những chỉ dẫn/mệnh lệnh cụ thể nào không? Phân đoạn này có đề cập đến những hậu quả của việc không làm theo những mệnh lệnh của Chúa không?
- Tác giả thúc đẩy hoặc kêu gọi độc giả/khán giả như thế nào?
- Phân đoạn này dạy chúng ta điều gì về Đức Chúa Trời, về người thuộc về Ngài và về việc sống trong thế giới của Ngài?
- Phân đoạn này có hướng ta tới Chúa Giê-xu không? Phúc âm có được tiên báo bằng cách nào đó không?

Những câu hỏi **áp dụng**:

- Phân đoạn này thách thức (hay xác nhận) sự hiểu biết của bạn ra sao?
- Thái độ nào bạn cần phải thay đổi?

- Phân đoạn này yêu cầu bạn thay đổi trong cách bạn sống như thế nào?

5. Văn chương tiên tri

Nhiều người, thậm chí nhiều hội thánh, có suy nghĩ rằng thể văn tiên tri Kinh Thánh chủ yếu tiên đoán về tương lai. Trong khi yếu tố tiên đoán trong cách sách tiên tri là có, nhưng nó không phải là chức năng chính của các sách này. Tiên tri là người *phát ngôn cho Đức Chúa Trời*, bất kể đó là nói về tình hình hiện tại hay tương lai. Các sách tiên tri là những ký thuật về những điều Đức Chúa Trời nói với con dân Ngài thông qua tiếng nói của một người được chọn. Đức Chúa Trời không chỉ đưa ra những lời hứa mang tính lịch sử cho con dân Ngài, nhưng cũng đưa ra những sự đoán phạt và những phước lành mà họ sẽ gặp như là kết quả của những hành vi đạo đức của họ. Theo nghĩa đó, các tiên tri cũng quan tâm đến nhân cách đạo đức hiện thời của con dân Chúa y như quan tâm đến tương lai, nếu không nói là nhiều hơn.

Các tiên tri cũng tiên báo về sự đến của Chúa Giê-xu Christ theo những cách rất quan trọng. Họ thường trực tiếp tiên báo những gì Đức Chúa Trời sẽ làm thông qua Chúa Giê-xu, và những đặc điểm cụ thể của thời đại Chúa Giê-xu tại thế, nhưng họ cũng chỉ ra những tác động qua lại nói chung giữa sự đoán phạt và sự thương xót của Đức Chúa Trời trên dân Ngài trong lời dự ngôn về phúc âm của Chúa Giê-xu Christ. Các đại tiên tri (tên gọi cho những người viết các sách tiên tri dài) là Ê-sai, Giê-rê-mi, Ca thương, Ê-xê-chi-ên và Đa-ni-ên.[1] Có mười hai tiểu tiên tri, từ Giô-ên đến Ma-la-chi.

Đây là một số câu hỏi theo phương pháp COMA phù hợp cho thể văn tiên tri:

Những câu hỏi về **bối cảnh**:

- Có manh mối nào để biết về hoàn cảnh mà lời tiên tri được đưa ra hay được viết ra không?
- Có người nào hay nơi chốn nào được đề cập mà bạn thấy không quen thuộc không? (Hãy thử tìm chúng ở những phần phía trước của sách, hoặc xem trong tự điển Thánh Kinh hay sách giải nghĩa.)

---

1. Ca Thương được xem là khá ngắn so với hầu hết các sách tiểu tiên tri, nhưng được liệt vào các sách đại tiên tri bởi vì nó cũng do Giê-rê-mi viết ra nên cùng được liệt vào sách tiên tri lớn hơn của ông.

- Có phần Cựu Ước nào được đề cập hoặc được ám chỉ đến trong phân đoạn này không? Những "ký ức" này đóng vai trò nào trong phân đoạn Kinh Thánh này?

Những câu hỏi **quan sát**:

- Những từ hay những ý tưởng tương tự nào được lặp lại nhiều lần? Mục đích của việc lặp lại này là nhằm bày tỏ một luận điểm, hay là dấu chỉ cho thấy cấu trúc của phân đoạn?
- Nếu chú ý đến thời điểm vị tiên tri nói và thời điểm Đức Chúa Trời phán thì phân đoạn này cho chúng ta biết gì về chương trình của Đức Chúa Trời? Nó cho chúng ta biết gì về bản tính của Đức Chúa Trời?
- Loại hành vi nào của con người, nếu có, bị lên án hoặc được khen ngợi? Phân đoạn này kêu gọi đáp ứng gì (nếu có)?
- Ý chính hoặc những ý chính là gì?

Những câu hỏi **giải thích**:

- Những chỉ dẫn/mệnh lệnh nào được nêu ra cho độc giả? Phân đoạn này có đề cập đến bất cứ hậu quả nào của việc không làm theo điều răn của Chúa không?
- Phân đoạn này có tinh thần trông đợi một điều gì đó sẽ xảy ra trong tương lai không? Điều được trông đợi ấy là gì và khi nào thì nó xảy ra? Điều này thúc đẩy hành động trong hiện tại như thế nào?
- Phân đoạn này có hướng tới Chúa Giê-xu không? Phúc âm có được tiên báo theo cách nào đó không?

Những câu hỏi **áp dụng**:

- Hoàn cảnh của bạn giống hoặc khác với những người được nói đến ở đây ra sao?
- Phân đoạn này thách thức (hay xác nhận) sự hiểu biết của bạn như thế nào?
- Phân đoạn này dẫn bạn đến việc tin cậy Đức Chúa Trời và lời hứa của Ngài qua Chúa Giê-xu ra sao?
- Phân đoạn này kêu gọi bạn thay đổi cách sống ra sao?

6. Văn chương khải thị

Văn chương khải thị được gọi theo từ Hy Lạp *apokalypsis* – nghĩa đen là "mạc khải", "khải thị". Theo đó, thể văn này là "vén mở" hay "kéo xuống cái màn" của thế giới siêu nhiên không thấy được và vai trò của nó trong việc đem thế giới hiện tại này tới hồi chung kết. Định nghĩa này là một khởi đầu tốt, nhưng văn chương khải thị cũng nổi tiếng vì những đặc trưng khác về mặt văn chương, bao gồm:

- Những lời công bố mạnh mẽ thông qua hình ảnh
- Sự hiện diện của những khải tượng sống động
- Những sinh vật kỳ dị và gây lo âu
- Sử dụng nhiều ẩn dụ
- Vô số những sự kiện biến động lớn là dấu hiệu cho thời kỳ chung kết thế giới
- Hành động dẫn đến sự phát xét cuối cùng và dẫn vào thế giới mới.

Dù khi chúng ta nghiên cứu văn chương khải thị, việc tập trung vào hành động trong tương lai là chuyện phù hợp, nhưng chúng ta không nên quên rằng sự chết và sống lại của Chúa Giê-xu hiện ra một cách rõ ràng trong thể loại văn chương này. Một số sách trong Kinh Thánh chứa đựng một phần tính chất văn chương khải thị, bao gồm toàn sách Khải Huyền, Đa-ni-ên 7–12, một số phần của Ê-xê-chi-ên, các sách tiên tri khác và thậm chí là một số phần của các sách Phúc Âm và thư tín (như Mác 13 và 2 Tê-sa-lô-ni-ca 2).

Dưới đây là một số câu hỏi theo phương pháp COMA dành cho thể văn khải thị:

Những câu hỏi về **bối cảnh**:

- Có manh mối nào giúp ta biết về hoàn cảnh lịch sử mà phần kinh văn này nói đến không?
- Có phần nào khác trong Kinh Thánh được phân đoạn này được gợi ý hoặc đề cập không?
- Những "ký ức" này đóng vai trò nào trong phân đoạn Kinh Thánh?

Những câu hỏi **quan sát**:

- Những hình ảnh nào được sử dụng trong đoạn văn này? Tác động mà chúng mang lại là gì?
- Phân đoạn này gợi lên cảm xúc nào (ví dụ sợ hãi, mong đợi, kinh sợ)?
- Phân đoạn này muốn bày tỏ Chúa là Đấng như thế nào? Chúng ta có thể tìm thấy hy vọng cho con người ở đâu trong phân đoạn này?
- Phân đoạn này có khủng hoảng không? Nó nói về sự giằng co/mâu thuẫn nào và nó liên hệ với độc giả ra sao?

Những câu hỏi giải **thích**:

- Có chỉ dẫn/mệnh lệnh nào được đưa ra cho độc giả không? Phân đoạn này có đề cập đến bất cứ hậu quả nào của việc không vâng theo mệnh lệnh của Chúa không?
- Phân đoạn này có chứa đựng tinh thần trông đợi một điều gì đó xảy ra trong tương lai không? Điều được mong đợi ấy là gì và khi nào thì nó xảy ra? Điều này thúc đẩy hành động trong hiện tại ra sao?
- Phân đoạn này có hướng đến Chúa Giê-xu không? Phúc âm có được tiên báo theo cách nào đó hay không?

Những câu hỏi áp **dụng**:

- Hoàn cảnh của bạn tương tự hay khác so với những người được nói đến như thế nào?
- Phân đoạn này thách thức (hoặc xác nhận) sự hiểu biết của bạn ra sao?
- Phân đoạn này dẫn bạn đến chỗ tin cậy vào Đức Chúa Trời và lời hứa của Ngài qua Chúa Giê-xu như thế nào?
- Phân đoạn này kêu gọi bạn thay đổi cách sống ra sao?

11. Tám Tuần Đọc Xuyên Suốt Phúc Âm Mác

Những phân đoạn Kinh Thánh được tuyển chọn từ Phúc Âm Mác sau đây, và những câu hỏi thảo luận cho mỗi phần, sẽ đóng vai trò nền tảng tuyệt vời cho tám tuần đọc Kinh Thánh một với một với một người bạn hoặc một thành viên trong gia đình chưa tin Chúa.

(Để bạn dễ dàng sử dụng một số ý tưởng và gợi ý trong chương này, chúng tôi đã đặt sẵn những câu hỏi – có chỗ trống để điền câu trả lời – trong file PDF mà bạn có thể tải xuống và in ra để sử dụng khi chuẩn bị trước hoặc ngay trong các buổi gặp gỡ một với một của mình: https://vanphamhatgiong.com/uploads/Helm_DocKT1v1-cau_hoi-A4.pdf)

Tuần 1 (Mác 1:1–15)

- Mác cho chúng ta thấy Chúa Giê-xu đáng được quan tâm như thế nào?
- Mác viện dẫn những "nhân chứng" nào để giới thiệu về Chúa Giê-xu, tại sao?

- Sứ điệp của Chúa Giê-xu là gì? Và nó thu hút sự chú ý của bạn vào Ngài như thế nào?
- Theo phân đoạn này, Chúa Giê-xu đến để làm gì?
- Phản ứng của cá nhân bạn sau khi đọc phân đoạn này là gì?

Tuần 2 (Mác 2:1–12)

- Bạn nghĩ điều đáng kinh ngạc nhất mà Chúa Giê-xu làm trong cuộc gặp gỡ này là gì?
- Nếu một ai đó trong một đám đông nói với bạn "Tội lỗi của bạn đã được tha", bạn và mọi người khác sẽ nghĩ gì về người đó?
- Chúa Giê-xu minh họa cho lời công bố rằng Ngài có quyền tha tội bằng cách nào?
- Bạn nghĩ thẩm quyền của Ngài sẽ đem lại khác biệt nào trong đời sống bạn?

Tuần 3 (Mác 3:7–35)

- Ngày nay người ta thường phản ứng như thế nào với Chúa Giê-xu?
- Bạn thấy những đáp ứng nào với Chúa Giê-xu trong phân đoạn này?
- Tại sao sự dạy dỗ đầy thẩm quyền của Chúa Giê-xu lại là một mối đe dọa đối với các thầy dạy luật?
- Chúa Giê-xu phán: "Không ai có thể vào nhà một người có sức mạnh để cướp tài sản mà không lo trói người ấy trước; phải trói người đó lại, rồi mới cướp nhà người được" (c.27). Ý của câu này là gì?
- Chúa Giê-xu đang công bố rằng Ngài sẽ lật đổ nhà nào? Và điều này có ý nghĩa gì đối với bạn?
- Theo phân đoạn này, bạn có thể trở thành một thành viên trong gia đình Chúa Giê-xu bằng cách nào?

Tuần 4 (Mác 8:22–38)

- Sự kiện nào xảy ra trước lời xưng nhận của Phi-e-rơ? Bạn nghĩ tại sao hai câu chuyện này được đặt cạnh nhau?
- Bạn sẽ mô tả sự chữa lành người mù này như thế nào?
- Sự hiểu biết nửa vời về Chúa Giê-xu thì có gì tốt?
- Theo Chúa Giê-xu, tại sao một người theo Chúa phải "tự bỏ mình đi" và "mất sự sống mình"?

Tuần 5 (Mác 10:27–45)

- Xem câu 17–22, Chúa Giê-xu nói gì về đặc điểm căn bản của con người trong thế giới này?
- Dựa vào phân đoạn này, bạn nghĩ mình có cần phải giành lấy sự cứu rỗi bằng cách sống tốt không?
- Trong câu 32–34, Chúa Giê-xu nói rằng Ngài sắp qua đời. Theo câu 45, mục đích sự chết của Chúa Giê-xu là gì?
- Xin đọc Ê-sai 53:5; 10–12. Những câu này giúp chúng ta hiểu như thế nào về sự cứu chuộc?
- Chúa Giê-xu nói bạn phải làm gì nếu bạn muốn bước vào mối liên hệ với Ngài?

Tuần 6 (Mác 14:53–15:15)

- Khi đọc về những tấn bi kịch trong lịch sử, chúng ta có khuynh hướng nghĩ rằng mình sẽ hành xử khác đi nếu mình có mặt ở đó. Bạn có thấy hình ảnh của mình trong phân đoạn này không? Bạn sẽ làm gì khi ở trong hoàn cảnh đó?
- Các nhân vật trong phân đoạn này giống nhau ra sao? Khác nhau ra sao?
- Mác đang trình bày những chứng cứ nào nhằm chứng minh rằng Chúa Giê-xu là Đấng Christ, Con Đức Chúa Trời?
- Sự im lặng của Chúa Giê-xu thật ra nói cho ta biết như thế nào về danh tính của Ngài? (Xin xem Ê-sai 53:7–9).
- Phân đoạn này ảnh hưởng đến quan niệm của bạn về Chúa Giê-xu ra sao?

Tuần 7 (Mác 15:16–39)

- Cụm từ "Vua dân Do Thái" xuất hiện bao nhiêu lần ở chương 15 (câu 1 đến 15)? Nghịch lý về nó là gì? Mác đang cố gắng nói gì về những sự kiện tại thập tự giá?
- Xin đọc Thi Thiên 22. Điều này giúp bạn hiểu những lời Chúa Giê-xu nói trên thập tự giá ở câu 34 như thế nào?
- Thi Thiên 22 kết thúc ra sao? Rốt cuộc thì Chúa Giê-xu xưng nhận điều gì về mình?
- Theo bạn, tại sao những sự kiện tại thập tự giá lại cần thiết?
- Mác đưa ra những lời mô tả cuối cùng nào về Chúa Giê-xu? Trước đây bạn đã từng thấy danh xưng này ở đâu?

- Những sự kiện tại thập tự giá dạy chúng ta điều gì về việc theo Chúa Giê-xu?

Tuần 8 (Mác 15:42–16:8)

- Mác muốn độc giả của mình biết chắc về điều gì trong các câu 42–47?
- Mác nói điều gì đã xảy ra cho thi thể Chúa Giê-xu?
- Điều đáng kinh ngạc trong những ghi chép về sự phục sinh của Chúa Giê-xu là gì?
- Tại sao việc Chúa Giê-xu sống lại từ cõi chết lại quan trọng?
- Bạn vẫn còn những thắc mắc nào? Bạn đã sẵn sàng theo Chúa Giê-xu chưa?

Phản Hồi Về Tài Liệu Này

Chúng tôi rất trân trọng nếu nhận được phản hồi của bạn về tài liệu của chúng tôi – không chỉ những đóng góp để làm cho tài liệu này tốt hơn, mà cả những phản hồi tích cực và những cách thức để sử dụng tài liệu này một cách hiệu quả. Chúng tôi đặc biệt muốn biết tài liệu này đã giúp ai đó tăng trưởng trong đời sống Cơ Đốc ra sao.

Quý độc giả có thể gửi phản hồi trực tiếp cho Matthias Media (bằng tiếng Anh) theo một trong các địa chỉ sau:

- Địa chỉ: PO Box 225, Kingsford NSW 2032, Australia
- Hộp thư điện tử: http://www.matthiasmedia.com.au/contacts

Ngoài ra, quý độc giả cũng có thể gửi phản hồi về tài liệu này dành cho Matthias Media (bằng tiếng Anh hoặc tiếng Việt) thông qua Văn Phẩm Hạt Giống, hoặc về bản dịch tiếng Việt này cũng như các văn phẩm khác do Văn Phẩm Hạt Giống phát hành theo một trong các địa chỉ sau:

- Địa chỉ văn phòng: Phòng 401, tòa nhà Detech, số 8 Tôn Thất Thuyết, phường Mỹ Đình 2, Quận Nam Từ Liêm, Hà Nội
- E-mail: info@vanphamhatgiong.com
- Website: http://vanphamhatgiong.com
- Facebook Page: Văn Phẩm Hạt Giống

Phụ Lục:

Những Tài Liệu Đọc Kinh Thánh Một Với Một Đã Được Xuất Bản

Mọi điều chúng tôi đã nói trong sách này nhấn mạnh rằng Kinh Thánh thật sự là một cuốn sách bạn có thể đọc và có thể hiểu – bao gồm cả việc đọc Kinh Thánh một với một. Bạn không cần ai đó bảo cho bạn biết Kinh Thánh nói gì. Bạn chỉ cần ngồi xuống với một người bạn, rồi cùng đọc và nghe Chúa phán.

Dù nói vậy, nhưng đôi khi những tài liệu đọc Kinh Thánh được xuất bản vẫn có thể rất hữu ích, đặc biệt trong việc định hình và định hướng buổi thảo luận của bạn về phân đoạn Kinh Thánh, và trong việc giúp bạn nhận ra những điều mà, nếu không có nó, bạn có thể bỏ lỡ.

Dưới đây chúng tôi liệt kê một số sách (tiếng Anh) do Matthias Media phát hành (cơ quan phát hành nguyên bản tiếng Anh của cuốn sách này). Dĩ nhiên đây không phải là những sách tốt duy nhất hiện có về cách đọc Kinh Thánh một với một, nhưng chúng là xuất phát điểm rất tuyệt để bắt đầu.

1. Dành cho người chưa tin

Tough Questions (Tạm dịch: *Những Câu Hỏi Hóc Búa*)

Những phần Kinh Thánh đơn giản của sách này sẽ bao gồm năm giai đoạn trong cuộc đời của Chúa Giê-xu (trong Phúc Âm Mác). Chúng dẫn người đọc đối diện với những câu hỏi hóc búa mà Chúa Giê-xu hỏi tất cả chúng ta.

The God who saves (Tạm dịch: *Đức Chúa Trời cứu chuộc*)

Trong năm bài học này, chúng ta sẽ đọc một loạt những phân đoạn trong Kinh Thánh về cách Đức Chúa Trời cứu chuộc chúng ta, tại sao Ngài lại cứu chúng ta và chúng ta được cứu chuộc khỏi những điều gì. Những bài học này tránh dùng những biệt ngữ tôn giáo vốn hay làm cho những người xuất thân từ những tôn giáo hay những hội thánh khác rối trí.

2. Dành cho tân tín hữu

Just for Starters (Tạm dịch: *Chỉ dành cho người mới bắt đầu*)

Được sử dụng bởi hàng nghìn hội thánh trên khắp thế giới, *Just for Starters* được nhiều người xem là tài liệu Kinh Thánh chú thích cho việc chăm sóc những tân tín hữu. Nó được thiết kế để sử dụng trong mối liên hệ chăm sóc cá nhân một với một, mà trong đó một tín hữu trưởng thành môn đệ hóa cho một tân tín hữu, sử dụng những bài học Kinh Thánh *Just for Starters* như một bộ khung căn bản. Bảy bài học của nó như sau:

1. Được Đức Chúa Trời cứu chuộc (sự cứu rỗi)
2. Tin cậy Đức Chúa Trời (đức tin)
3. Sống theo đường lối Chúa (ăn năn)
4. Lắng nghe tiếng Chúa (Kinh Thánh)
5. Trò chuyện với Chúa (cầu nguyện)
6. Gặp gỡ gia đình Đức Chúa Trời (hội thánh)
7. Gặp gỡ thế giới (truyền giảng)

Matthias Media cũng tổ chức một khóa huấn luyện để giúp mọi người học cách chuẩn bị và sử dụng *Just for Starters* một cách hiệu quả nhằm chăm sóc cho một tân tín hữu. Khóa học này được gọi là *Just for Starters*. Nó bao gồm một cuốn bài tập và hai CD.

Christian Living for Starters (Tạm dịch: *Đời sống Cơ Đốc cho người mới bắt đầu*)

Christian Living for Starters tiếp nối những gì *Just for Starters* dừng lại, cung cấp sự rõ ràng và sự hướng dẫn từ Kinh Thánh để hiểu nếp sống Cơ Đốc có nghĩa là gì. Các chủ đề bao gồm: Sự trở lại của Chúa Giê-xu, sống bởi đức tin, yêu như Chúa yêu, khổ đau, lòng rộng rãi, thánh khiết và sống theo Thánh Linh.

3. Cho các Cơ Đốc nhân vững vàng

Short Steps for Long Gains (Tạm dịch: *Những bước ngắn cho Kết quả lâu dài*)

Đây là một cuốn sách nhỏ rất khéo léo và hữu ích với 26 bài học Kinh Thánh ngắn (bắt đầu bằng A để nói về Assurance (Sự đảm bảo) và kết thúc bằng Z để nói về Lòng sốt sắng (Zeal). Mỗi một bài dựa trên một câu Kinh Thánh, với một số câu hỏi để kích thích sự trao đổi một với một và cầu nguyện. Nó không thể nào nói hết tất cả về một chủ đề, nhưng đôi khi những bước ngắn là cách tốt nhất để có được những ích lợi lâu dài.

The Daily Reading Bible (Quyển 1 đến 20).

Loạt sách *The Daily Reading Bible* ban đầu được viết ra như một cách đơn giản, thuận tiện cho các Cơ Đốc nhân đọc Kinh Thánh cá nhân mỗi ngày. Mỗi tập sách chứa đựng khoảng 60 bài đọc Kinh Thánh, mỗi bài đọc chứa đựng:

- Trọn phần Kinh Thánh sẽ đọc
- Ba hoặc bốn câu hỏi để giúp bạn suy ngẫm
- Một điểm suy ngẫm cuối bài
- Một số ý tưởng cho thì giờ cầu nguyện

Tuy nhiên, khá nhiều người cũng thấy rằng loạt bài này hữu dụng cho việc đọc Kinh Thánh một với một. Nó cung cấp một phương cách đơn giản và rất khả thi để đọc một phân đoạn Kinh Thánh với một ai đó, và nói về ý nghĩa cũng như áp dụng của nó.

Để biết chi tiết hơn về những sách này, bao gồm cả những mẫu sách có thể tải miễn phí, xin vào trang www.matthiasmedia.com.

Mọi Người Nói Gì Về
Đọc Kinh Thánh Một với Một

Đọc Kinh Thánh một với một rất thực tế và rõ ràng. Nhóm chuyên trách mục vụ của chúng tôi rất hứng thú muốn biết tài liệu này sẽ trang bị cho mọi người cách sử dụng Kinh Thánh để truyền giảng và môn đệ hóa ra sao. Nó là một công cụ chúng tôi muốn mọi thành viên trong hội thánh đều có.

Joshua Harris
Mục sư quản nhiệm Hội thánh Covenant Life và tác giả của *Dig Down Deep*

Đây là một cách tiếp cận mới mẻ với một trong những phương cách thực tế và cá nhân nhất của việc chia sẻ phúc âm. Chiến lược cho mục vụ truyền giảng này rất quan trọng đối với công tác môn đệ hóa. Thưa các mục sư, quý vị sẽ muốn có được cuốn sách này cho các trưởng lão, chấp sự, nhân sự, người chuyên lo về công tác môn đệ hóa và cả hội thánh của mình.

Justin Holcomb
Chủ tịch Resurgence và mục sư tại Hội thánh Mars Hill ở Seattle

David Helm đã viết sách chỉ dẫn giúp các Cơ Đốc nhân sử dụng một trong những phương pháp cơ bản nhất của việc giúp đỡ người khác: đọc Kinh Thánh với họ. Trong truyền giảng, gây dựng, không điều gì có thể so sánh với việc mở bản văn Kinh Thánh và đọc những gì chính Đức Chúa Trời đã phán dạy. Cơ Đốc nhân chỉ cần đặt lòng tin nơi Lời Chúa và có một kỹ năng cơ bản trong việc đọc Kinh Thánh với người khác cơ bản. David đã hỗ trợ chúng ta cách giúp người khác có được kỹ năng cơ bản đó.

Philip Jensen
Trưởng giáo phận Sydney tại St. Andrew Cathedral

Một trong những niềm vui lớn lao nhất của tôi trong chức vụ giữa vòng các chị em nữ giới là đọc Kinh Thánh với chỉ một người. Cuốn sách của David giải thích theo một cách rõ ràng và đi thẳng vào vấn đề làm thế nào mỗi một chúng ta có thể bắt đầu chức vụ đơn giản nhưng đem lại sự biến đổi đời sống này. Nếu bạn có tâm tình đối với sự phát triển của vương quốc Đức Chúa Trời thì hãy đọc cuốn sách này, cầu nguyện và hãy bắt đầu!

Jenny Salt
Giám học tại Hội Truyền giáo và Trường Kinh Thánh Sydney

Đọc Kinh Thánh một với một vô cùng cần thiết để có được mục vụ năng động và hiệu quả. Cuốn sách hướng dẫn đơn giản cho một mục vụ cần thiết này là một tài liệu tuyệt vời. Nó sẽ rất ích lợi cho việc đào tạo tất cả các Cơ Đốc nhân trong mục vụ. Có rất ít tài liệu tốt như thế này. Chúng tôi sẽ sử dụng tài liệu này cách rộng rãi tại St Helen's.

William Taylor
Mục sư tại St Helen's Bishopsgate tại London

Cuốn sách nhỏ của Helm khuyến khích việc truyền giảng và môn đệ hóa dựa trên mối quan hệ, đặt nền tảng trên Lời sống và tích cực của Đức Chúa Trời, cung cấp những công cụ thực tế cho việc đọc Kinh Thánh một với một và mường tượng ra sự huy động con dân Đức Chúa Trời bổ sung cho các chương trình của hội thánh. Helm kêu gọi chúng ta mời gọi người khác không chỉ đến với một sự kiện, nhưng bước vào đời sống chúng ta và đời sống đức tin nơi Chúa Giê-xu Christ mà Lời Ngài mời gọi.

Kathleen Nielson
Nhà văn và diễn giả của các kỳ hội nghị

David Helm là người tận hiến cho việc giảng giải kinh và đào tạo diễn giả. Thế mà trong cuốn sách hướng dẫn này ông lại chủ trương một văn hóa đọc Kinh Thánh một với một bám rễ rất sâu trong các hội thánh của chúng ta. Chắc chắn hai điều ấy đi song hành với nhau, nhưng nhiều Cơ Đốc nhân không biết phải bắt đầu mục vụ đọc Kinh Thánh cá nhân này từ đâu. Cuốn sách chỉ dẫn này cung cấp một nguồn cảm hứng cho cuộc cách mạng mục vụ vô cùng cần thiết này và sự tăng trưởng của nhánh nho trong mỗi ngóc ngách của cộng đồng chúng ta.

Colin Marshall
Tác giả của *The Trellis and the Vine* và CEO của Vinegrowers

Gieo Lời Chúa
Gặt nhận thức
Phước tuôn tràn

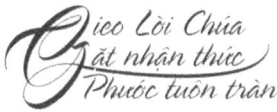

Công ty sách Cơ Đốc Văn Phẩm Hạt Giống chính thức ra đời vào tháng 4/2016 nhằm đáp ứng nhu cầu cấp thiết về văn phẩm Cơ Đốc có giá trị dành cho Cơ Đốc nhân người Việt với một sứ mệnh rõ ràng.

Văn Phẩm Hạt Giống sẽ cung cấp những văn phẩm Cơ Đốc:

- Có **giá trị** cao, **trung thành** với sự dạy dỗ của **Kinh Thánh**, phù hợp với nhu cầu và bối cảnh của các cộng đồng người Việt trong và ngoài nước.

- Nhằm **trang bị** từng cá nhân tín hữu Việt Nam **tăng trưởng đức tin** và phát triển Vương Quốc Đức Chúa Trời.

Tên gọi Hạt Giống vốn được truyền cảm hứng từ lời Chúa trong Mác 4:4. Lời của Đức Chúa Trời - Hạt Giống cứu rỗi - sẽ được những Cơ Đốc nhân gieo ra và trở lên lớn mạnh trong lòng người tin nhận.

Khi cho ra đời những văn phẩm có giá trị, chúng tôi ao ước chính mình sẽ là những người gieo trồng, kẻ tưới trong nhà Đức Chúa Trời. Chính Đức Chúa Trời sẽ hành động trong lòng độc giả khiến đời sống họ được biến đổi, lớn lên trong đức tin, được phước dư dật và đem phước hạnh ấy đến cho người khác (1 Cô 3:5–9).

Với mong muốn phát hành nhiều hơn nữa những cuốn sách chất lượng, có giá trị cao tới cộng đồng, chúng tôi luôn cần sự cầu thay, giúp đỡ, nhận xét và đóng góp quý báu cho từng cuốn sách đã được xuất bản. Những lời làm chứng, chia sẻ về sự biến đổi đời sống trong năng quyền của Chúa khi quý vị đọc những cuốn sách này cũng sẽ là nguồn khích lệ lớn lao cho chúng tôi tiếp tục sứ mệnh của mình. Mọi tâm tình, ý kiến đóng góp, chia sẻ xin gửi cho chúng tôi theo địa chỉ:

nhabientap@vanphamhatgiong.com

hoặc chia sẻ với chúng tôi trên trang Facebook **Văn Phẩm Hạt Giống.**

Rất mong được đón nhận!

VĂN PHẨM Hạt Giống

CÁC SÁCH ĐÃ XUẤT BẢN

Quý độc giả có thể xem thông tin chi tiết về từng sách trên Website: *http://vanphamhatgiong.com/vi/cua-hang/*
hoặc trên FB Page *Văn Phẩm Hạt Giống*

CÁC SÁCH SẮP XUẤT BẢN

1. **Giải Nghĩa Cựu Ước của Tyndale: Ê-sai** (Alec Motyer)
2. **Ưu tú trong Giáo dục thần học** (Steven A. Hardy)
3. **Từ điển Kinh Thánh phổ thông** (Karen Dockrey và cộng sự)
4. **Bảy Định Luật của Sự Giảng Dạy** (John Milton Gregory)
5. **Noi Gương Chúa Giê-xu** (Một số Mục sư Việt Nam)

Liên hệ mua sách:
E-mail: info@vanphamhatgiong.com
Website: http://vanphamhatgiong.com
Trang tiki.vn: https://tiki.vn/cua-hang/van-pham-hat-giong
Trang lulu.com: http://www.lulu.com/spotlight/Van_Pham_Hat_Giong
Facebook Page: Văn Phẩm Hạt Giống